உயிரின் மூச்சாய் கலந்தவளே

ஐரா

ஏலே பதிப்பகம்

உயிரின் மூச்சாய் கலந்தவளே –
© ஐரா 2021
எழுத்தாளர்: ஐரா

முதல் பதிப்பு: செப்டம்பர் 2021

வெளியீடு:
ஏலே பதிப்பகம்
5/175, பாத்திமா நகர்,
கூத்தென்குழி,
திருநெல்வேலி – 627104
தொடர்புக்கு: 9944992571

Uyirin Moochai kalandhavale – Novel
All CopyRights Reserved By ©Ira 2021
Author: Ira
First Edition: September 2021

Published By:
Aelay Publish
5/175, Fathima nagar,
Kuthenkuly,
Tirunelveli -627104
Phone: 9944992571

Design And Executed by

ISBN : 978-93-5533-065-9
Page : 126

முன்னுரை:

இதன் ஆசிரியரின் இயற்பெயர் செல்வி. ஐஸ்வர்யா ரவிச்சந்திரன் . தமிழ்நாட்டின் மையப்பகுதியில் அமைந்துள்ள திருச்சி மாவட்டத்தை சேர்ந்தவர் . இன்ஜினியரிங் இரண்டாம் ஆண்டு மாணவி . தன் கனவுகளை முழுமனதோடு பின்தொடரும் சின்னஞ்சிறு வண்ணத்துப்பூச்சி . பிரதிலிபி என்னும் செயலியில் எழுத்தாளராக இருக்கும் இவர் , பாரதியார் மீது கொண்ட தீராத பற்றினால், இவரின் தமிழ் பயணம் தொடங்கியது . இருபதிற்கும் மேற்பட்ட கவிதைகளை எழுதியுள்ளார் . தமிழின் மீதுள்ள காதலினால் பல கவிதைகள் மற்றும் கதைகள் "ஐரா" என்ற புனைபெயரில் எழுதி வருகிறார்...

கதைக்கரு:

பெண்களை வெறுக்கும் நாயகன், ஆண்களை நம்பாத நாயகி..நாயகனாக அவன் ,அவனின் ரசிகையாக அவள்...காதல் இவர்களை எவ்வாறு இணைக்கும்? உயிரின் மூச்சாய் கலந்தவளே நிச்சயமாக உங்கள் மனதை கவரும் என்ற நம்பிக்கையுடன் நான் உங்கள்

- ஜரா

பகுதி - 1

அழகான காலை நேரம் வெண்ணிலவு தன் காதலன் சூரியனின் வருகைக்காக மறைந்து கொள்ள.தன் காதலி போய்விட்டதை அறிந்து தன் பணியை செவ்வனே செய்ய மெல்ல மேலேழுகிறான் சூரியன் அவன்.

அங்கு சென்னையில் நடுத்தர வர்க்கத்தினர் வாழும் குடியிருப்பில் .
"அந்த எரும மாட யாராவது போய் எழுப்புங்களேன், அப்புறம் ஏன் என்ன எழுப்பிவிடலைனு காட்டுகத்து கத்துவா " என்று காலையிலேயே சுப்ரபாதம் பாடிக்கொண்டிருந்தார் அந்த வீட்டின் தலைவி தேவயாணி. அதற்கு புன்சிரிப்புடன் "குட்டிமாக்கு நிறைய வேல இருந்திருக்கும் தேவா அதா டயர்டா(tired ah) தூங்குறானு நினைக்கிறேன் விடுமா."என்றார் அவ்வீட்டின் தலைவர் ரவீந்திரன்.

தேவயாணி : இப்படியேச் செல்லம் கொஞ்சிறதால தா அவ ரொம்ப ஆடிகிட்டு இருக்கா...பாவம் இன்னைக்கு யாரு ∴போன் (phone) பண்ணி அவகிட்ட வாங்கிகட்டிகிட்டு இருக்காங்களோ தெரியல .

அவரின் கூற்று மெய்தான் என்பது போல ஒரு ரூமில் போர்வைக்குள் இருந்து " பரதேசி,பன்னாடை அறிவில்ல உனக்கு தூங்குறவங்கள டிஸ்டர்ப் பண்ண கூடாதுன்னு உங்க வீட்டுல உனக்கு சொல்லி வளக்கலயா எக்கேடோ கெட்டு போனு தண்ணீ தெளிச்சி விட்டாங்களா . இப்போ நீ ∴போன வைக்கல நீ யாரா இருந்தாலும் சரி உன்ன சாவடிசிருவேன்".

என்று தன் கண்களை மூடிக்கொண்டே கத்திக்கொண்டிருந்தாள் ஒருத்தி.

(அது ஒன்னுமில்லப்பா இந்த பொண்ணுக்கு யாராச்சும் அவள தூக்கத்துல டிஸ்டர்ப்(disturb) பண்ணா கோவம் வந்திரும்.நேர்ல இருந்தா எதையாவது தூக்கி அடிச்சிருவா ∴போனிலனா அசிங்க அசிங்கமா கழுவி ஊத்தி கத்தி ஊர கூட்டுவா யாருன்னுலாம் பாக்க மாட்டா.ஒரு தடவ கூட இப்படித்தான் .

அவ HRஅ திட்டி ஒரு வாரம் சஸ்பெண்ட்(suspend) ஆகி ஜாலியா தூங்குனா.அவ கூட இருக்குறவங்களுக்கு இது பழகி போச்சி இருந்தாலும் தினமும் யாராச்சி அவகிட்ட திட்டு வாங்கிட்டுதா இருப்பாங்க ஆனா அவளுக்கு அவ முழிச்ச உடனே கால்(call) வந்ததும் நியாபகம் இருக்காது.. கழுவி ஊத்துனதும் நியாபகம் இருக்காது.. நம்ம சொன்னா அப்படியானு கேப்பா பாருங்க நமக்கு ஹார்ட் அட்டாக்கே வந்துரும்.பாவம் இவளோ அழகான பொண்ணுக்கு இப்பிடி ஒரு வியாதி)

மறுமுனையில் இருந்து சத்தமே வரவில்லை நான் இதை எதிர்பார்த்தேன் என்பது போல் அமைதி காத்தான் அவளுடன் பணிபுரியும் தோழன் கார்த்திக். "உன்ன எப்படி எழுப்பனும்னு எங்களுக்கு தெரியாதா " என நினைத்தவன் "மணி 8" என்று கத்தினான். அவ்வளவு தான் வாரிசுருட்டிக் கொண்டு எழுந்தாள் அவள்...

     அவள் ஷைத்ரா நம் கதாநாயகி .
ஆறு அடி மெழுகு சிலை ,பிறை போன்ற நெற்றி காண்பவரை மாய சுழலுக்குள் இழுத்துச் செல்லும் மீன் போன்ற கண்கள், நீண்ட கூர்மையான நாசி,சிரிக்கையிலும் பேசுகையிலும் குழி விழும் கன்னம், இயற்கையிலே சிவந்த இதழ்கள்,இடையை தாண்டிய கருநிற கூந்தலை உடையவள் ... மொத்தத்தில் இப்பாரும் வியந்து பார்க்கும் பேரழகி...

ரவீந்திரன்-தேவையாணியின் மூத்த தவப்புதல்வி ஷைத்ரா

ஒரு ஐடி (IT) நிறுவனத்தில் டிம் லீடராக பணிபுரிகிறாள் .
தன் குடும்ப சுமையை தன் தோளில் தனி
ஆளாக சுமப்பவள்.ரவீந்திரன் உடல் நலக்குறைவு
காரணமாக அவரின் வேலையை விடக்கூறிவிட்டு
குடும்பத்தையும் கவனித்து தம்பியையும் படிக்க வைத்துக்
கொண்டிருக்கும் சிங்கப்பெண் .
எவ்வளவு கஷ்டம் வந்தாலும் தனக்குள்ளே மறைத்து
சிரித்து சமாளிக்கும் வலிமை கொண்டவள்.
அவளை வால் இல்லா வானரம் என்று தான் கூற
வேண்டும்.
அழகு,திமிரு, கோபம்,இரக்ககுணம், குழந்தைதனம்,
சேட்டை என அனைத்தயும் அதிகமாய் கொண்டவள் .

அவளை வாய் மூட வைப்பது என்பது இயலாத காரியம் .
ஒரு கேள்விக்கு பத்து பதில்களை கையில்
வைத்திருப்பவள்.எதைக் கொடுத்தாலும் மூன்று மடங்காக
திருப்பி கொடுப்பவள் .
கோபம் என்று வந்தால் கை தான் பேசும் . அவள்
அடங்குவது ஒருவனுக்கு மட்டும் தான் அது அவள் தம்பி
விநாயக்.
தம்பியின் மேல் அன்பும் மரியாதையும் ஒருங்கே
பெற்றவள்.அவனும் ஒன்றும் குறைவில்லை தன்
அக்காவின் மேல் உயிரையே வைத்திருப்பவன்.
என்ஜினீயரிங் (engineering)முதலாம் ஆண்டு
பயில்கிறான்.தன் அக்காவிற்கு நேர் எதிர் மிகவும்
அமைதியானவன்.
அப்பாவிடம் செல்லம் கொஞ்சி தப்பித்துக்கொள்ளும்
சைத்துவால் தம்பியிடம் வாலட்டமுடியாது அவனின்
கண்டிப்பில் கூட அவன் அவள் மேல் வைத்திருக்கும்
அன்புதான் வெளிப்படும்.
அவள் இவ்வுலகில் பயம்கொள்ளும் மற்றும் நம்பும்
இரண்டாம் ஆண் அவன். முதல் ஆண் அவளின் தந்தை...

ஆம், இவ்வுலகில் இவ்விருவரையும் தவிர மற்ற எந்த ஆண்களையும் அவள் நம்புவதில்லை,அதற்கென்று அவள் ஆண்களை வெறுக்கிறாள்,இல்லை பேசமாட்டாள் என்பதில்லை.அவளிற்கும் ஆண் தோழர்கள் உண்டு .ஆனால் ஒரு கோடு போட்டு அதிலே வாழ்பவள் அவளும் தாண்டமாட்டாள் மற்றவரையும் தாண்ட விடமாட்டாள். அவளிற்கு இந்த காதல்,கல்யாணத்தின் மீது தீராத வெறுப்பு...வீட்டில் அவள் அம்மா வற்புறுத்தியும் குடும்ப நிலையை கூறி தவிர்த்து வருகிறாள்...

பாவம் அவளிற்கு தெரியவில்லை தன் மனம் கவர்ந்த நாயகனே தன்னை அவன் காதலில் மூழ்கடிக்க போகிறான் என்று...

(மீ : சொப்பா இப்போவே கண்ணகட்டுதே)

அதே சென்னை மாநகரின் மத்திய பகுதி , அது கோடீஸ்வரர்கள் மட்டுமே வாழ கூடிய இடத்தில் அமைந்திருந்தது அந்த பங்களா . அதை பங்களா என்பதைவிட மாளிகை என்றுதான் கூறவேண்டும்.அங்கு ட்ரீட்மிலில்(treadmill) வியர்வை வலிய ஓடிக்கொண்டிருந்தன் ஒருவன்...

அவன் அர்ஜுன் மெஹ்ரா நம் கதாநாயகன்... ஆளுமை மற்றும் கம்பீரத்தின் மொத்த உருவம், அடங்காத அலை அலையான கேசம் அவனை போலவே யாருக்கும் படியாது, கூரான நாசி, ஒரு பார்வையிலே ஒருவரை எடைபோட கூடிய கூர்மையான தீச்சண்ய விழிகள் அனைவரையும் என்னிடம் இருந்து தள்ளியே நில் என்பதை போல, நான் புகை பிடிப்பதில்லை என்று பறைசாற்றும் சிவந்த உதடுகள், கட்டுக்கோப்பான உடல், திரண்ட புஜங்கள்,கண்ணியரை மயங்க செய்யும் பேரழகன் எனலாம்.

"அர்ஜுன் மெஹ்ரா"
சினிமா துறையே ஆளும் 27 வயது வாலிபன், சினிமாவில்
நுழைந்த நான்கே ஆண்டுகளில் ஆறு வெற்றி படங்களை
கொடுத்து,
பல வருடங்களாக நடித்துக்கொண்டிருக்கும் நாயகர்களை
பின்னுக்கு தள்ளி முதல் இடம் வகிப்பவன்,பல கோடி
பெண்களின் மனதில் சிம்மாசனமிட்டு அமர்ந்திருப்பவன்.
பெண்களை மட்டுமல்லது ஆண்களையும் மயங்க செய்து
பொறாமை கொள்ளசெய்யும் அவன் தோற்றம்.
வார்த்தையை எண்ணி எண்ணி பேசுபவன், எப்போதும்
அவன் முகத்தில் உள்ள கடுமை மற்றவர்களை
தொட்டுபார் என பயம்கொள்ள செய்வதாய் இருக்கும்.
பெண்கள் என்றாலே பத்தடி தள்ளி நிற்பவன்.
பெண்கள் எல்லாம் சுயநலவாதிகள் ,மோசகர்கள்
தங்களுக்கு வேண்டும் என்றால் சுற்றி உள்ளவர்களை
பற்றி கவலைக்கொள்ளாமல் எதையும் செய்ய
துணிபவர்கள் என்று மனதில் பதியவைத்திருகிறான்
அவன் சந்தித்த பெண்கள் அப்படி . இதில் சில
நடிகைகளும் அடக்கம்.
கேமரா முன் மட்டுமே பெண்களுடன் இவன் அருகில்
இருப்பது .
மற்றைய நேரங்களில் இவன் இருக்கும் திசை பக்கம் கூட
பெண்களை காணமுடியாது . மொத்தத்தில் இவன்
கோகுலத்தில் வாழும் ராமன் என்றாலும் மிகையாகாது.

ராம்மெஹ்ரா - மீரா தம்பதியின் ஒரே மைந்தன்.ராம் அந்த
காலத்திலே பணக்கார குடும்பத்தை சேர்ந்தவர்
அதனாலோ எனவோ பணத்தை விட அன்பை மதிப்பவர் .
அதனாலே பரம ஏழையான மீராவை காதலித்து
மணந்துகொண்டார் ஆனால் மீரா அவரை விட அவரின்
பணத்தை தான் அதிகமாக நேசித்தார்.
உணவிற்கே கஷ்டப்பட்டவர்க்கு அவரின் பணமே
பிரதானமாய் இருந்தது. திருமணமான சில

வருடங்களிலேயே இதை தெரிந்துகொண்ட ராம் வேதனையுடன் சகித்து கொண்டு வாழ பழகிக்கொண்டார்,ஆயிரம் இருந்தாலும் அவரின் காதல் மனைவி அல்லவா..

அவர் சகித்து கொள்வர் ஆனால் அவர் பெற்ற பிஞ்சு எவ்வாறு சகித்து கொள்ளும்.
பிறந்த நாள் முதல் தாயின் அன்பும்,அரவணைப்பும் கிடைக்காமல் ஏங்கி ஏங்கி உடன் பயிலும் மாணவர்களின் அம்மக்களை பார்த்து , இரவு அம்மாவின் விலையுயர்ந்த சேலைகளை போர்த்தி தூங்கி வளர்ந்தவனுக்கு எவ்வாறு பெண்களின் மீது மரியாதையும் ,நம்பிக்கையும் வரும்..

இவை அத்தனையும் தாங்கி அம்மாவின் சொல்லிற்கு ஏற்ப நடக்கும் தந்தையை பார்த்து அவனுக்கு மலையளவு கோபம் வரும் .
அவன் தன் தந்தையிடம் இதை பற்றி கேட்டால் இது நான் அவள் மேல் வைத்திருக்கும் காதல் என்பார்,அதற்கு இவன் "நான் கேமரா முன் பொய்யாய் பேசி நடிக்கும் காதலே மேல்" என்பான்...

அவனுக்கு தெரியவில்லை காதல் என்றால் என்ன என்பதை உணர்த்தி அவனை பைத்தியமாய் ஒருத்தி அலையவைக்க போகிறாள் என்று...

ஆண்கள் மீது நம்பிக்கை இல்லாதவள் அவனை காதலிப்பளா...?
பெண்களை வெறுப்பவன் இந்த பெண்ணை எவ்வாறு நேசிப்பான்...? பார்போம்...

பகுதி - 2

சைத்ரா வீடு:

வேகமாக தன் பட்டுமெத்தையிலிருந்து எழுந்தவள். எதிர் சுவற்றில் ஒட்டி இருந்த மூன்றடி ∴போட்டோ அருகே சென்று குட் மார்னிங் கூறி ப்ளையிங் கிஸ் (Flying kiss) கொடுத்தாள்.
பின் அதில் ஆறு அடியில் இருந்த அவளின் நாயகனை அணு அணுவாக ரசிக்க ஆரம்பித்துவிட்டாள்.

அதில் இருந்தது அர்ஜுன் தான் என்பதை நான் சொல்லித்தான் உங்களுக்கு தெரிய வேண்டுமா என்ன? அவனின் கோடி கணக்கான ரசிகர்களில் இவளும் ஒருத்தி.

அவள் செய்யும் அட்டகாசங்கள் எண்ணில் அடங்காது.

(அவன் கட்அவுடிற்கு (cutout) பாலாபிஷேகம் செய்வது, திரையரங்கில் ஆண்பிள்ளைகளை மிஞ்சும் அளவிற்கு விசில் அடித்து ஆட்டம்போடுவது,
வருடா வருடம் அவன் பிறந்தநாளின்போது 12 மணிக்கு கேக் வெட்டுவதோடு நில்லாமல், சரவெடிவைத்து காலணியையே கதறவைப்பது அதற்காய் தன் தாயிடம் வெலக்கமாறு பூஜை வாங்குவது,
பின் அங்குள்ள நண்டு சிண்டுங்களை ஐஸ்கிரீம் வாங்கிதந்து கரெக்ட் செய்து, தான் ஒருவள் மட்டுமே இருக்கக்கூடிய ரசிகர் மன்றத்தில் சேர்த்துக்கொள்வது, அவர்களை எதிர்பவர்களின் வீட்டில் அர்ஜுனின் ஸ்டிக்கரை காலிங் பெல்லை அழுத்தியபடி ஒட்டவைப்பது, அவர்கள் காயபோடும் துணிகளை அள்ளி குப்பையில் போடுவது,
அவர்கள் வண்டிகளில் சேற்று தண்ணியால் வாட்டர் வாஷ் (water wash) செய்து வைப்பது,

அவனை பல முறை பார்க்க முயன்று அவளின் நண்பன் கார்த்திக்கை கோர்த்து விட்டு பவுன்சர்ஸ் (bounsers) கையில் குத்து வாங்க வைப்பது என இன்னும் பல.

எங்கும் எதிலும் அவன் முகமே அவள் போனிலிருந்து அவளின் ஆபீஸ் டேபிள் வரை.

இதோ இப்போது பார்த்தீர்களே காலை அவனின் முகத்தில் முழித்து தான் அவளின் நாளே தொடங்கும்.)

அவளிற்கு எங்கே தெரியும் இன்னும் சில நாளில் அவனின் ∴போட்டோ பார்த்து அல்ல அவனையே பார்த்து அவளின் நாள் தொடங்கும் என..

(மீ : சேரி இப்போ அவ என்ன பன்றானு பாக்கலாம் வாங்க..)

நேரமாகியும் அவளவனை நிதானமாக ரசித்து முடித்தவள் படி இறங்கி கீழே சென்றாள் .எப்போதும் போல் தன் புராணத்தை பாடிகொண்டிருந்த அம்மாவிடம்" தேவா கா∴பி குடு ஆபீஸ்க்கு லேட் (late) ஆச்சு"

தேவயாணி : பேர சொல்லி கூப்பிட்ட கம்பிய காயவச்சு வாயிலே இழுத்துருவே டி"

சைத்ரா : தேவா கூல் கூல் வொய் டென்ஷன் (cool Cool Why Tension) இப்போ நா உன்ன பேர சொல்லி கூப்பிட்டது பிரச்சினையா? இல்ல ஓ ரவி டார்லிங் செல்லமா கூப்பிடுற பேர சொல்லி கூப்பிட்டது பிரச்சினையா ?

ரவீந்திரன் சிரித்தே விட்டார் பின்ன தன் மனைவியை கரெக்டாக கணித்து கூறினால் சிரிக்க மாட்டாரா ?அவரிடம் ஒரு முறைப்பை செலுத்திய தேவா

(நாமும் தேவா என்றே அழைப்போம்)தன் மகளின் புறம் திரும்பி " ஆமா டி அப்பிடிதானு வச்சிக்கோ"

சைத்ரா : ஒகோ..அப்போ அப்பிடிதா கூப்பிடுவே தேவா என்ன பண்ணுவ"

தேவா : எடு வெலக்கமர இவளோ பேசுற வாய இறுக்குரே , ஒனக்கு ஆபீஸ்க்கு லேட் ஆகலையா ? அப்பரம் அத காணோம் ,இத காணோம் ,அத எடு ,இத எடு ...லேட் ஆச்சுனு உயிர வாங்குவ.

சைத்ரா : ஆமா உன்னால தா நா லேட் சேரி சேரி டக்கு புக்குனு போய் காஃபி போட்டு எடுத்துத்துட்டு ஒடியா.

தேவா : ஏய் பள்ளு வேலக்கினியா டி வேகமாக காஃபி கேக்குற .

சைத்ரா : ச்சீ அசிங்கமா பேசாத யாராச்சும் காஃபி குடிக்காம பள்ளு வேலக்குவாங்களா? உன்ன மாதிரி அரவேக்காடுதா அப்பிடி பண்ணும் என்ன மாதிரி மேதைகள் எல்லாம் காப்பி குடிச்சிட்டு தா ப்ரஷ் (brush) பண்ணுவாங்க "இட்ஸ் குட் ஃபோர் ஹெல்த் யூ நோ" (its good for health You Know)

தேவா : செருப்பு பிஞ்சிரும் ஒழுங்கு மரியாதையா போய் பள்ளு விலக்கிட்டு வா அப்போ தா காஃபி"

சைத்ரா : மா மா மா பிளீஸ் மா ஏ செல்லம் ல, ஏ தங்கம் ல, ஏ பட்டு ல .

தேவா : இல்ல.

அப்போது அங்கு வந்தான் அவளின் தம்பி விநாயக் "அம்மு"என்றனே பார்க்கலாம்.

அவ்வளவு தான் சைத்ராவின் சத்தம் சுத்தமாக அடங்கியது.

விநாயக் : போய் ப்ரஷ் பண்ணிட்டு வந்து காஃபி குடி அம்மு.

சைத்ரா : சரி வினு என்று பறந்து விட்டாள்.

உனக்கெல்லாம் அதற்கான ஆள் வரனும் என்று சிரித்துக்கொண்டே சென்றுவிட்டார் தேவா. ரவீந்திரன் இதை முகம் மலர பார்த்திருந்தார்.

சைத்ரா கிளம்பி முடிக்கையில் வாசலில் ஹாரன் (Horn sound) சவுண்ட் கேட்டது .
          அவளே வர்ஷினி அழகிற்கும், குணத்திற்கும் அவளும் சைத்ராவிற்கு சளைத்தவள் அல்ல. நடக்க தெரியாமல் தத்தி தத்தி நடந்தபோதே அவள் பிஞ்சுகைகளில் தன் குட்டி கைகளை நுழைத்து கொண்டவள்.

அன்று பிடித்த கையை இன்றளவும் விடவில்லை.அவளிற்கு அடிபட்டால் கலங்குவதென்னவோ இவளின் கண்கள்தான் . சைத்துவிற்காக எதையும் செய்ய தயங்காதவள்.

இவர்கள் இருவரும் சேர்ந்தால் அந்த இடத்தில் சிரிப்பிற்கு பஞ்சம் இருக்காது. இருக்கவே இருக்கிறானே இவர்களின் அடிமை கார்த்திக் .இவர்கள் செய்யும் சம்பவத்திற்கு எல்லாம் சிக்கி சின்னா பின்னமாவது என்னவோ அவன் தான்...

அவளின் ஹாரன் சத்தம் கேட்டு அம்மாவின்" சாப்பிட்டு போ டி "என்ற கத்தலையும் காதில் வாங்காமல் வர்ஷினி உடன் வண்டியில் பறந்தாள்....

(மீ : சேரி வாங்க நாம ஹீரோவ போய் பாப்போம்...)

திரீட்மிலில் (treadmill) ஓடி முடித்தவன் கிளம்பி கீழே வந்தான் .எப்போதும் போல் காலை வணக்கம் சொன்ன தந்தையிடம் சிறு தலை அசைப்பை கொடுத்தவன். தன்னை அழைத்த தாயை எரிச்சலுடன் திரும்பி பார்த்தான் . அவனிற்குதான் தெரியுமே அவர் எதற்காய் அழைத்தார் என்று .
அவனின் தாய் மீரா : "அர்ஜுன் எனக்கு 2 கோடி வேணும் ".

அர்ஜுன் : எதுக்கு அவளோ அமௌண்ட் (amount)

மீரா: எங்க கிளப் அ(club) கொஞ்சம் மாத்தனும். இடிச்சு காட்டலாம்னு இருக்கேன் " தன் தந்தையை தாங்கள் தந்த இடம் தான் என்பதைபோல குற்றம்சாட்டும் பார்வை பார்த்தவன் .

தன் PA வை அழைத்து காசோலை கொடுக்க சொல்லிவிட்டு கோபத்துடன் திரும்பி பார்க்காமல் நடந்தான்.முகம் சிவக்க சாப்பிடாமல் சென்ற மகனை எண்ணி எப்பொழுதும்போல் கவலை மட்டுமே படமுடிந்தது அந்த பாசமிகு தந்தையால்.

காரில் ஏறி அமர்ந்தவனுக்கு ஒரு அழைப்பு வந்தது . அதன் திரையில் உலகின் மொத்த குறும்பையும் குத்தகைக்கு எடுத்து முகத்தில் வைத்துக்கொண்டு தன் தோளில் கைபோட்டு சிரித்துகொண்டிருந்த அழகு முகத்தை பார்த்தவனது முகமும் அகமும் சேர்ந்தே மலர்ந்தது .
அவன் அர்ஜுனின் உயிர் தோழன்" அபினவ்"
உயிரை கொடுக்கும் தோழன் என்றாலும் மிகையாகாது .

அவனிற்கு அனைத்துமே அர்ஜுன் தான்.சிறு வயதிலேயே தாய் தந்தையை பரிகொடுத்தவனை அனாளதை அஷ்ரமத்தில் சேர்த்து விட்டனர் அவனின் உறவுகள்.

அர்ஜுன் ஆறு வயதில் தன் தந்தையுடன் அவன் பிறந்தநாளின்போது அவ்வசிரமதிற்கு உணவளிக்க வந்திருந்தான் .

பரிமாறி கொண்டே சென்றவனது கையை ஒரு கரம் பற்றியது. நிமிர்ந்து பார்க்க அன்பை கண்ணில் தேக்கி சாப்டியா என்றான் அவன்.

உருகித்தான் போனான் அர்ஜுன் . பின் தன் தாய் கேட்காத வார்த்தையை அல்லவா கேட்டுவிட்டான்.

இவன் வியந்து இல்லை என்று தலையாட்ட அவன் அளித்த உணவை அவனுக்கே அள்ளி வாயருகில் நீட்ட மனதோடு ஆனந்தத்தில் கண்ணும் கலங்கியது அர்ஜுனிற்கு .

அன்று முதல் இருவரும் தாயும் சேயுமாகிபோனர்கள். அதன்பின் அபியின் படிப்பு செலவுகள் முதற்கொண்டு அனைத்தும் செய்தான் அர்ஜுன். அவனுக்கு பிடித்த மெடிக்கலையும் (medical) படிக்க வைத்தான் .

இதோ இன்று தமிழகத்தில் டாப் 10 இருதய நிபுணர்களில் இவனும் ஒருவன்)

போனை எடுத்தான் அர்ஜுன் " சாப்டியா" என்பது தான் முதல் வார்த்தை ஹலோ போல .

அர்ஜுன் : இல்ல

அபி : ஏன் டா எருமை எத்தனதடவ சொல்லிருக்கேன்
சாப்பிடாமல் இருக்காதனு கேட்கவே மாட்டியே ,சரி
ஆபீஸ் தானே போற ஷூட் (shoot) இல்லேல நா அங்க
சாப்பாடு அனுப்பரே மிச்சம் வைக்காமல் சாப்பிடணும்
சரியா...

இந்த பக்கம் அர்ஜுன் சிரித்து கொண்டு " சரிங்க
டாக்டர் அப்போவே கால் பண்ணேன் எடுக்கல , சார்
அவளோ பிசியோ (busy) ?

அபி :" அத ஏன் டா கேக்குற இன்னக்கி 3 எமர்ஜென்ஸி
கேஸ் (emergency case) அதா . அதுமில்லம ∴போன்
அடிச்சாலே பயமா இருக்கு டா .
ஒ அப்பா ∴போன் பண்ணி ஏ பையனுக்கு கல்யாணம்
பண்ணிவை, கல்யாணம் பண்ணிவைனு உயிர
எடுக்குறாரு .
நீ என்னனா அதா பத்தி பேசுனாலே அடிக்கவர உங்க
ரெண்டு பேர்க்கும் நடுல நா மாட்டிகிட்டு முழிக்கிறேன்."

அர்ஜுன் : "வேற ஏதாச்சும் பேசுறியா இல்ல ∴போன கட்
பண்ணவா."

அபி : "அட இவன் ஒருத்தன் ஆனாலும் அந்த மனுஷன்
பாவம் டா உன்கிட்ட அவரு இதுவரை எதுமே கேட்டது
இல்ல இததான் கேக்குறாரு அதையாவது செய்யலாம்ல"

அர்ஜுன் : "எப்பிடி அவர மாதிரி காலமெல்லாம் ஆமா
சாமி போட்டுட்டு எல்லாத்தையும் சகிச்சுகிட்டு இதுதா
காதல்னு ஒளரிட்டு வாழ சொல்றியா அதெல்லாம்
என்னால முடியாது டா ,இதுக்கு மேல இத பத்தி பேசுன
நா மனுசனா இருக்க மாட்டேன்".
அவனின் கோபத்தை உணர்ந்தவன்.

அபி : போ டா டேய்... உன்னால ஏ வாழ்கையே ஊசல்
ஆடுது டா .ஒனக்கு கல்யாணம் ஆனாதான் அப்பா எனக்கு
கல்யாணம் பண்ணி வைப்பாராம்,இப்போவே எத்தனை
பொண்ணுங்க மாமாகாக வெயிட்டிங் (waiting) தெரியுமா ?
எள்ளு தான் எண்ணெய்க்கு காயுது எலி புளுக்க ஏன் டா
காயிது? நா இன்னும் எந்த சந்தோசத்தையும்
அனுபவிக்கல ராசா .
கத்தி , இரத்தம்னு சுத்திட்டு இருக்கேன் என் வாழ்க்கைல
மண்ணல்லி போட்டுராத சாமி நல்ல இருப்ப...

இதை கேட்டு சிரித்த அவன் நண்பனிற்கு தெரியாதா
இதை தன் மூடை (mood) மற்றுவதற்காகவே அவன்
கூறுகிறான் என்று .
பின்ன அவன் கூறியது போல நிறைய பெண்கள்
புரோபோஸ் (propose)செய்தும் அவன்
கண்டுகொள்ளவில்லை .
தன் தந்தை நீயாவது கல்யாணம் செய் என்று கூறியும் ..
அர்ஜுனிற்க்கு பின் தான் என் கல்யாணம் என்று
முடிவாய் கூறிவிட்டவனை பற்றி தெரியாதா அவனிற்கு...

அர்ஜுன் :" நா சிங்கிளா (single)இருக்கும் போது உன்ன
மட்டும் எப்பிடி கமிட் (commit) ஆக விடுவே..நாம ரெண்டு
பேரும் எப்போவும் ஒண்ணா ஜாலியா சிங்கிளா
இருப்போம் மச்சான்.."

அபி : ஜாலியாவா அது சேரி " கடவுளே நீ இவனுக்காக
படைச்ச பொண்ண சிக்கிரமே இவன் கண்ணுல காட்டு பா"
என்று மைண்ட்வாய்ஸில் பேசுவதாய் நினைத்து சத்தமாய்
சொல்லிவிட..

அர்ஜுன் : அப்பிடி ஒருத்திய கடவுள் படைக்கவே இல்ல
டார்லிங்" என்றான்...

அவனுக்கு எங்கே தெரிய போகிறது கடவுள் அவனவளை இன்னும் சிறிது நேரத்தில் கண்ணில் காட்டபோகிறார் என்று....

பகுதி - 3

அடையார் சிக்னலில் நின்றிருந்தனர் வர்ஷினியும் , சைத்துவும் .

வர்ஷினி : பாப்பா

சைத்து : சொல்லு பாப்பா

வர்ஷி: நாளைக்கி வரப்போற கெஸ்ட் (guest) பத்தி HR ஒ கிட்ட எதாச்சும் சொன்னாரா ?

சைத்து : "ஆமா அந்த தவளவாயன் தானே என்கிட்ட சொல்லிட்டு தா மறுவேல பாப்பான் நீ வேற ஏன் டி ??போன வருசம் மாதிரி காமெடியன்னு ஒரு பைத்தியத்த கூடிட்டு வருவானுங்க. அந்த லூசு அவன் சொல்றது ஒரு காமெடினு அவனே சிரிச்சிப்பான்"

வர்ஷி : "ஆமா டி போனதடவ என்ன கோர்த்து விட்டுட்டு நீ எந்திரிச்சு போய்ட்ட அவன் அறுவைய முழுசா கேட்டு செத்துட்டேன் "

சைத்து : "ம்ம் இந்த தடவ மட்டும் அப்பிடி யாரையாச்சும் கூப்பிடட்டும் அவனுக்கு குடுக்குற ஜூஸ்ல (juice) பேதி மாத்தரைய கலக்கல என் பேரு சைத்ரா இல்ல "

வர்ஷி : சைத்து இன்னும் சிக்னல் விலுகல டி அங்க ஏதோ பிரச்சனை போல என்று திரும்ப இங்கே நம் நாயகியை காணவில்லை .

"போச்சி இன்னக்கி ஒரு சம்பவம் இருக்கு ,என்ன டா கொஞ்ச நாளாவே போலீஸ் ஸ்டேஷன் பக்கம் போகலையேனு நெனச்சேன் போகபோறோம் "கடவுளே

அவள கன்ட்ரோல் (control) பண்ற சக்தியை குடுப்பா" என்று வேண்டிக்கொண்டவள் சம்பவ இடத்திற்குச் சென்றாள் .

அவள் எண்ணப்படியே எதிர்லிருந்த வாலிபனை சைத்து பளார் என்று அறைந்தாள்.
நடந்தது என்னவென்றால் வண்டியில் முன் சென்றிருந்த ஒரு பெண்ணின் துப்பட்டா பின் வந்த வண்டிக்காரன் முகத்தில் மோத அவன் ஸ்கிட் (skid) ஆகி கீழே விழுந்துவிட்டான் .
அந்த வண்டிக்கோ இல்லை வண்டியில் இருந்தவனிற்கோ பெரிதாய் ஒன்றும் நேரவில்லை இருப்பினும் கோபம் கொண்டவன் ,அந்த பெண்ணை இழுத்து அறைந்தான் .அதில் அந்த பெண் கீழே உள்ள கல்லில் மோதி மயக்கமடைந்தாள்.

இதோ இப்போது சைத்து அவனை வெளுத்து கொண்டிருக்கிறாள் . அவள் என்ன பிரச்சினை என்று விசாரித்து அவனை தடுப்பதற்குள் அவளை அறைந்திருந்தான் அவன் .
அவ்வளவு தான் காளியாக மாறிவிட்டால் சைத்து.. தான் கற்ற மொத்த வித்தையையும் அவன் மீது இறக்கி...
(கராத்தே ல பிளாக் பெல்ட் (black belt) இந்த பொண்ணு)
இவளே போலீஸை வரவைத்து தானே நேரில் வந்து புகார் அளிப்பதாக கூறிவிட்டு அந்த பெண்ணை பரிசோதித்து தண்ணீர் தெளித்து எழுப்பி தன் ஷாலையும் தலையில் கட்டிவிட்டாள் .

இதை வெறும் பார்வையாளராக மட்டுமே பார்த்துக்கொண்டிருந்தாள் வர்ஷினி .பின் அவளின் மொத்த கோவமும் இவளின் மேல் திரும்பும் என்று தெரியாதா என்ன? அவளின் கோபம் தணிய நேரம் பிடிக்கும் ,அது சில நிமிடங்களாக இருக்கலாம் இல்லை சில மணி நேரங்களாய் இருக்கலாம் அது சைத்துவிற்கே தெரியாது .

அவ்விடத்தைவிட்டு தள்ளி வந்த வர்ஷி "ஆகாஷ்" என்ற எண்ணுக்கு அழைப்பு விடுத்தாள். இங்கே ஆகாஷ் தன் மனைவியை முத்தமிட நெருங்கும் சமயம் ∴போன் அலறியது "கரடி" என முணுமுணுத்தவன் நகராமல் இருக்க.

அவனின் மனைவி பிரீத்தா : ∴போன் அடிக்கிதுல போய் எடுங்க ஏதாவது முக்கியமாக இருக்கபோது"

ஆகாஷ் : இல்ல டி உன் கூட நா இருக்கும்போது மூக்குவேர்த்த மாதிரி கால் வருதுனா , அது கண்டிப்பா ஒ ப்ரெண்ட்டா தா இருக்கணும் . எங்கயாச்சும் எழரைய இழுத்து வச்சிருப்பா போ நா எடுக்க மாட்டேன்".

பிரீத்தா : அவளுக்கு போய் வேலை செய்யலேனா நீங்க எதுக்கு லாயெரா (lawyer) இருக்கிங்க ?

ஆகாஷ் : ஏன் டி உங்களுகெல்லாம் மனசாட்சியே இல்லயா ?அவளுக்கு சேவை செய்யத்தான் நா லா (law) படிச்சேனா? எப்போவாச்சும்னா பரவாயில்லை எப்போவுமே அதத்தானே வேலையா வச்சிருக்கா வாரத்துக்கு ஒரு கேஸ்ஸ (case) இழுத்துட்டுவரா , போன வாரம் அப்பிடிதா ஒருத்தன தூக்கிப்போட்டு வாயிலே மிதிச்சிருக்கா..
நியாப்படி பாத்தா அவளத்தானே அவன் மிரட்டணும் ஆனா என்கிட்ட வந்து " நீ எப்பிடி உயிரோட இருக்கனு பாக்குறேன் டானு" சொல்லிட்டு போறான். இவ கூட குப்பக்கொட்டுற ஒவ்வரு நாளும் உயிர் பயத்துலே வாழ வேண்டியதா இருக்கு".

பிரீத்தா : சரி சரி வெட்டியா பேசாமா, போய் போன எடுங்க கட் ஆயிர போது. அப்பரம் ஏ சைத்து செல்லம் கோச்சிக்கும்"

ஆகாஷ் : எதெய் வெட்டியா பேசுறனா , எல்லாம் என் தலையெழுத்து நல்லா கொலைகாரிங்ககிட்ட வாக்கபட்டுருக்கேன்."

பிரீத்தா : என்ன அங்க சத்தம் ?

ஆகாஷ் : ∴போன் ல பேசிட்டு இருக்கேன் மா"என்றுவிட்டு ∴போனை எடுத்து காதில் வைக்கவுமே இந்த பக்கம் வர்ஷி கத்த ஆரம்பித்துவிட்டாள்.

வர்ஷினி " ஏன் டா அறிவுகெட்ட மாடு, உனக்கு ∴போன் எடுக்க இவளோ நேரமா ? அப்படி என்ன ஆணி கலட்டுற வேல பாக்குற நீ . சரி சரி சைத்து ஒருத்தன கொஞ்சம் கவனிச்சு அனுப்பிட்டா, இங்கே அடையார் சிக்னல்ல.. நீ உடனே கிளம்பி அடையார் போலீஸ் ஸ்டேஷன் வா"என்று வைத்துவிட்டாள்...

ஆகாஷ்: "கடவுளே எனக்கு அவகிட்ட இருந்து விடுதலை கிடைக்கவே கிடைக்காதா ?"

அப்போது அங்கு வந்த பிரீத்தா : எனச்சுங்க?

ஆகாஷ் : என்ன நொன்னச்சுங்க ,அடையார் ல யாரையோ அடிச்சிட்டாலாம் .என்ன டா கொஞ்ச நாள் சும்மா இருக்காளேனு பாத்தேன் ஆரம்பிச்சுட்டா .
சரி நா போய் என்னனு பாத்துட்டு வரேன் "

(எவ்வளவுதான் சலிப்பாய் பேசினாலும் சைத்ரா இழுத்து வரும் பிரச்சினைகளை முடிப்பது இவனே. அவளின் அரனாய் இருப்பவன் ,அவளின் மேல் அளவுகடந்த அன்பு இவனிற்கு ஒரு காலத்தில் சைத்துவை உருகி உருகி காதலித்தவன் .

அவன் காதலித்த அதே வேளையில் சைத்துவின் கல்லூரி தோழியான பிரீத்தாவும் அவனை காதலிக்க இதை அறிந்த சைத்து அவன் மண்டையை கழுவி, பல தடைகள் தாண்டி இருவருக்கும் திருமணம் நடத்திவைத்தாள்.

சைத்துமேல் இருந்தது காதல் அல்ல வெறும் அப்பெக்சன் (affection)என்பதை உணர்ந்த ஆகாஷம் அவளின் தோள் கொடுக்கும் தோழனானான்.

தன்னை மட்டுமே நம்பி வந்த மனைவியை காதலாய் தாங்கிகொண்டான்)

இதெல்லாம் ஒரு பக்கம் இருக்கட்டும் நாம ரொம்ப நேரமா ஒரு ஜீவன கண்டுக்காமையே விட்டுட்டோம் வேறு யாரு அர்ஜுன் தான்...

சரியாக சைத்து அவனை அடிக்கும்போது வந்தவன் பார்த்ததெல்லாம் ,அவள் அவனை புரட்டி எடுக்கும் காட்சிதான் கீழே ரத்தம் வலிய மயங்கிருந்தவளை பார்க்கவில்லை அர்ஜுன் .

அவனின் ஒட்டுநர் சுந்தரம் தான் பார்த்து வருவதாக கூறி சென்றார் .பெண்களின் மீதுள்ள வெறுப்பினாலோ என்னவோ அடிவாங்கியவனின் முகம் பாவமாக தோன்றியது அர்ஜுனிற்கு .

அதனாலே முதல் பார்வையிலே தவறான எண்ணம் உருவானது சைத்துவின் மேல் .திரும்பி வந்தவர் காரணத்தை சொல்ல முயன்றபோது பார்வையாலே தடுத்து நிறுத்தியவன் காரை கிளப்ப சொல்லி சென்றுவிட்டான் .

சைத்து போலீஸ் ஸ்டேஷன் சென்று புகார் அளித்துவிட்டு ஆபீஸ் சென்றாள் HR இன் வசவுகளிற்க்கும் தயாராய் .

இங்கே அர்ஜுன் ஆபீஸ் கேபினில் (cabin) நுழைந்தவன் . PA சாப்பாட்டுடன் வரவும் அபி அவனிற்கு அழைக்கவும் சரியாய் இருந்தது .

அபி : சாப்டியா டா

அர்ஜுன் : இப்போ தா டா வந்துச்சி சாப்பிடுறேன்.

அபி : அப்பரம் ஒரு முக்கியமான விசயம் டா நாளைக்கி அடையார்ல இருக்க ஐடி சொல்யூஷன்(IT Solutions)க்கு நீ சீப் கெஸ்ட் ஆ (cheif guest) போனும்.

அர்ஜுன் : என்னால முடியாது நீ போ

அபி : உயிர காப்பாத்துர டாக்டரலாம் யார் டா கூப்பிடுறா ??அப்ரம் பொண்ணுங்களும் மதிக்கிறதில்ல? உன்ன மாதிரி நடிகர்களை தானே எல்லா பொண்ணுங்களும் பிடிக்குது.

அர்ஜுன் : சரி அப்போ கிளம்பி இரு நாம ரெண்டு பேரும் போறோம் பை என்று தாமதிக்காமல் வைத்து விட்டான் .

அபி : டேய், டேய் ,டேய் எனக்கு வேலை இருக்கு டா வச்சிட்டானா .இவன் கூட போன ஒரு பொண்ணும் நம்மள பாக்காதே .

மணி ஏழு

அதே அடையார் சிக்னலின் எதிர்புற சாலை அர்ஜுனின் பிளம்டபிளயு (BMW) பஞ்செர் ஆகி நின்றது .

அர்ஜுன் : சுந்தரம் என்ன ஆச்சு ?

சுந்தரம் : பஞ்சர் ஆச்சு தம்பி .

அர்ஜுன் : அப்போ வேற கார வரவைங்க ஏ ஃபோன் ஆஃப் ஆயிருச்சு.

சுந்தரம் : மன்னிச்சிருங்க தம்பி நா கார் ஒட்டுரப்போ போன் வச்சிகிறதில்ல..

அர்ஜுன் : ஓ காட் (o God) ஒரு எமர்ஜென்ஸி (emergency)னா என்ன பண்ணுவீங்க சரி போய் டாக்சி (taxi) இல்லை மெக்கானிக் (mechanic) யாரும் கிடைக்கிறாங்களா பாருங்க.

சுந்தரம் : சரிங்க தம்பி என்று சென்றுவிட்டார் .
கீழே இறங்கியவன் நினைவில் வந்தது காலையில் நடந்த சம்பவம் ,கூடவே அதற்கு காரணமானவள் மீது கொலைவெறியும் வந்தது .
அவனின் கோவத்திற்கு தூபம் போடுவது போல் அவளே வர்ஷியுடன் வண்டியில் வந்துகொண்டிருந்தாள் .
அவளை பார்த்து இன்னும் சீற்றம் கொண்டவன் நாயகியிடம் நெருங்கபோக அவளே ஒரு இடத்தில் இறங்கி சாலையின் ஓரத்தில் இருந்த ஒரு பெரியவரிடம் சென்றாள்.

அர்ஜுனும் அவள் என்னதான் செய்கிறாள் பார்க்கலாம் என்று நின்றுவிட்டான் ஓரமாக. இருவரும் அருகிலே நின்று இருந்தனர் பேசும் சத்தம் கேட்கும் அளவிற்கு .

சைத்து : சாப்டிங்களா தாத்தா ?

பெரியவர் : இல்ல மா என்க
சைத்து தன் பையிலிருந்து ஒரு பொட்டலத்தை எடுத்தவள் அவரிடம் கொடுக்க .
அவரோ பரிதவிக்கும் கண்களோடு " இல்ல தாயி எனக்கு தொழுநோய் இருக்கு நா வாங்க வேண்டாம் மா.நீ இப்பிடி

ஒரு ஓரமா வச்சிட்டு போ ,என் பொஞ்சாதி சாப்பாடு தேடதான் போய் இருக்கா என்னால அள்ளி கூட சாப்பிட முடியாது மா, அவதான் ஊட்டிவிடுவா "

சைத்து சற்றும் யோசிக்காமல் அவர் அருகில் அமர்ந்து பொட்டலத்தை பிரித்து சாப்பாட்டை அவர் வாயருகில் நீட்ட .
அதிர்ந்தது என்னவோ இருவர் தான். வர்ஷினி இது எப்போதும் நடப்பது தானே என்று உதட்டில் சிரிப்போடும், தன் தோழி போல் இப்பாரில் யார் உள்ளார் என்று முகத்தில் பெருமிதத்தோடும் நின்றிருந்தாள் .

அர்ஜுனோ உறைந்தே விட்டான் . அவளை பற்றிய அவனின் நினைப்பை சுக்குநூராக அல்லவா உடைத்துவிட்டாள் இரு நாழிகையில் .

அவனும் ஒன்றும் குறைவில்லை இரு ஆஷ்ரமங்களை நடத்தி வருகிறான் .தந்தைக்கு ஓய்வளித்து அவரின் தொழில்களை எடுத்துகொண்ட நாளில் இருந்து அவரின் தொழில்களில் வரும் பணம் முழுவதும் அந்த ஆஷ்ரமங்களுக்கும் ,உலகின் பல உதவி மையங்களிற்கும் சென்று வருகிறது .அவன் நடிக்கும் பணம் மட்டுமே அவன் வசம் .
அதனாலே அன்று அவனின் தாய் அன்று அவனிடம் பணம் கேட்டது . உணவை ஓரமாய் வைத்து சென்றிருந்தால் நகர்ந்திருப்பானோ என்னவோ இதோ இப்போது அசையாமல் வேரூன்றி நின்றுவிட்டான். நாம் பார்க்கவே அருவருப்பு படும் மனிதரிடம் ஊட்ட கை நீட்டுகிறாளே என்ன பெண் இவள் என்று தான் தோன்றியது அவனிற்கு.

மற்றொன்றும் புரிந்தது நாம் தரும் உணவு மட்டுமே மற்றவர்களுக்கு சந்தோசத்தை அளிக்காது,நாம் அவர்கள்

மேல் செலுத்தும் அன்பும் தான் அவர்கள் வயிரோடு சேர்த்து மனதையும் நிறைய செய்யும் என.

அவளின் செய்கையில் அதிர்ந்த பெரியவர் "அம்மா எனக்கு உடம்பெல்லாம் புண்ணா இருக்குமா, வேண்டாம் தாயி நீ வச்சிட்டு போ என் பொஞ்சாதி வந்தோனே நா சாப்பிட்டுகிறேன்"

சைத்து : தாத்தா உங்களுக்கு வெளியதான் புண் இருக்கு .நிறைய பேர்களுக்கு மனசிலே புண் இருக்கே அது தான் ஆராத கொடிய நோய் , என் தாத்தாக்கு இப்பிடி இருந்தா நா ஊட்ட மாட்டேனா ?என் தாத்தாக்கு ஊட்டுரதால எனக்கும் ஒன்னும் ஆகாது? நீங்க என்ன உங்க பேத்தியா நெனச்சா வாங்கிகோங்க..

தாத்தா : இப்பிடி ஒரு பேத்தி கிடைக்க புண்ணியம் பண்ணிருக்கணும் மா .
உன் நல்ல மனசுக்கு நீ நல்ல இருப்ப தாயி "

சைத்து : உங்க ஆசிர்வாதத்தினால நா நல்லா இருப்பேன் தாத்தா, இப்போ ஆ காட்டுங்க. என்று ஊட்ட ஆரம்பிக்க அவரும் கண்ணீர் ததும்பும் கண்களோடு வாங்கிக்கொண்டார்.

சைத்து : வர்ஷ் நீ போய் பாட்டிக்கு சாப்பாடு வாங்கிட்டு நாளைக்கு காலைவரை கெட்டு போகாம சாப்பிடுரமாதிரி எதாச்சும் வாங்கி வா என்று பணத்தை கொடுத்து அனுப்பினாள் .

வர்ஷினி வரவும் இவள் ஊட்டி முடிக்கவும் சரியாய் இருந்தது ,கை கழுவி எழுந்தவள் சாப்பாட்டை வாங்கி அவர் அருகில் வைத்தாள்" காலை வரைக்கும் சாப்பாடு இருக்கு தாத்தா உங்க டார்லிங் வந்தோனே குடுங்க நான் நாளை மதியம் வந்து உங்கள பார்க்கிறேன் வரேன்.

தாத்தா : பாத்து போங்க கண்ணு

சைத்து : சரி தாத்தா வரோம் , குட் நைட்

வண்டியின் அருகே வந்தவுடன்,
சைத்து : ஆகாஷ்க்கு கால் பண்ணி நல்ல டாக்டர பாக்க
சொல்லு நாம தாத்தாவ கூட்டி போய் காட்டுறோம்.

வர்ஷி : ஓகே டி , ஆமா டி∴பன் எப்படி வாங்குன இவர
முன்னடியே பாத்தியா ?

சைத்து : இல்ல டி இன்னக்கி பண்ண சம்பவத்துக்கு
தேவா எப்பிடியும் எனக்கு சோறு போடாது அதா
கேன்டீன்ல (canteen) வங்கிட்டு வந்தேன் தாத்தாக்கு
குடுத்தாச்சு.

வர்ஷி : ஆமா அம்மா இன்னக்கி உன்ன வெளக்கமாரால
மந்திரிக்க போறங்க , முன்னாடியே சொல்லிருந்த
உனக்கும் சேர்த்து வாங்கிட்டு வந்திருப்பேன் இப்போ
என்ன பண்றது லேட் ஆயிருச்சே.

சைத்து : அவருக்கு ஊட்டி விட்டதில்லே என் வயிறு
நிரஞ்சிருச்சி வா .
இருவரும் பறந்து விட்டனர் ,
ஆனால் ஒருவனோ அவர்கள் நின்றிருந்த இடத்தை
வெறித்திருந்தான். சுந்தரம் வந்து அழைத்த பின் தான்
சிலைக்கு உயிர் வந்தது.

சுந்தரம் : தம்பி பஞ்சர் பார்தாச்சு போகலாம். நகர்ந்தவன்
நினைவெல்லாம் நாயகியிடத்தே "அப்போ ஏன் காலைல
அப்பிடி நடந்துகிட்டா, ஒரு வேளை அவ மேல
தப்பில்லாமல் இருக்குமோ?நாம தான் தப்பா
நினைச்சிட்டமோ? என நினைத்தவன் உணரவில்லை

வாழ்க்கையிலே முதன்முறையாக ஒரு பெண்ணை பற்றி அவள் சரியாய் இருப்பாளோ என்று யோசிக்கிறான் என்பதை.
காரில் ஏறிய பின்
அர்ஜுன் : அண்ணா காலைல இங்கே சிக்னல என்ன பிரச்சினை ?

சுந்தரத்திற்கு ஆச்சிர்யம் தான் வேலைக்கு சேர்ந்த நாளில் இருந்து பெயரிட்டு அழைப்பவன் இன்று அண்ணா என்றதும் ,அதில் குஷி ஆகியவர் அனைத்தையும் அழகாய் அச்சுபிசகாமல் ஒப்பித்தார் .
அதில் தன் மேலே கோபம் கொண்டவன் மனதில் அவனவள் உயர்ந்து நின்றாள்.

மறு நாள்

அவசரமாக கிளம்பி கொண்டிருந்தாள் சைத்து தன்னை சரி பார்த்து கண்ணாடி முன் நின்றாள்.
சிகப்பு வண்ண சேலை உடலை தழுவி இருக்க. அவளின் சிவந்த நிறத்திற்கு பேரழகியாய் காட்டியது கண்ணிற்கு மையும் ,உதட்டிற்கு லிப்பாம் (lipbalm) மட்டும் போட்டு தன்னை மறுமுறை பார்த்து திருப்திபட்டுக்கொண்டவள் .
வேக வேகமாக லிஃப்ட் பட்டனை (lift button) அழுத்த அது வேலை செய்யவில்லை படிகளிலே இறங்கி சென்று டாக்சி பிடித்து ஆபீஸ் வந்தடைந்தாள்.
(வர்ஷியின் ஸ்கூட்டி ரிபோர் (Repair) ஆகிவிடவே இவள் டாக்சியில் வந்து விட்டாள். அவள் கார்த்திக்குடன் வந்து விடுவாள்)

இங்கே அர்ஜுனோ கிளம்பியவன் பவுன்சர் (bounsers) இல்லாமல் தன்னை மறைத்து கொண்டு இங்கு வந்திறங்கினான் .

(அர்ஜுனிற்கு இப்பிடி மறைத்து கொண்டு மக்களோடு
மக்களாக இருப்பது என்றால் அலாதி பிரியம் யார்
சொல்லியும் கேட்கமாட்டான் .
கேட்டால் மாட்டாமல் தப்பிப்பது கிக் (kick) என்பான்)

இப்போதும் அதே போல சாதா பார்மல் உடையில்
வந்தவன். தலையில் தொப்பியும் முகத்தில் கர்சீப்பும்
(kercheif)கட்டி இருந்தான் .
லிஃப்டில் (lift) நுழைந்து பத்தாவது மாடியில்தான் பங்ஷன்
(function) .
அதனால் அந்த பட்டனை அழுத்திவிட்டு நகரும் நேரத்தில்
ஒருத்தி மேல் வந்து மோத , அவளை திட்ட நிமிர்ந்தவன்
சிலையானான் அந்த ஆறடி அழகியை பார்த்து .

அவளோ " தள்ளி நில்லு தம்பி"என்றவள் ஃபோனில்
கார்த்திக்கிடம் பேச ஆரம்பித்தாள் "டேய் அந்த
தவளவாயன் வந்துட்டானா டா ",
"போச்சி போச்சி இப்போவும் லேட் ,கிறுக்குபய அட்வைஸ்
பண்ணியே அறுப்பானே,
தேவா கிட்ட நேத்து பண்ண சம்பவத்துக்கு வசமா
வாங்குனேன் அதா அந்த அசதில தூங்கிட்டேன் டா" என்று
ஒருவன் தன் அருகில் இருப்பதையே கண்டுகொள்ளாமல்
பேசி கொண்டிருக்க அவனோ அவளிடம் இருந்து
கண்களை எடுக்கவே இல்லை .

சைத்து : நாம கூடவே இருந்துட்டு தேவாக்கு ஸ்பை (spy)
வேலை பார்க்கிறான் டா அந்த ஆகாஷ் அதா அவன்
பொண்டாட்டிகிட்ட கோர்த்துவிட்டேன்..இன்னும் கொஞ்ச
நேரத்துல கொழுந்துவிட்டு எரியும் பாரு என சொல்லி
கொண்டிருக்கையிலே லிஃப்ட் (lift) நின்றது.

இருவரும் அதிர்ந்தது விழிக்க அவளின் போன்னும் கட்
ஆகியது

சைத்து : "ஹலோ ,ஹலோ ச்சை எனக்கு வாயில சனினு தெரியும் லிஃப்ட்லயும் சனினு இப்போதான் தெரியும். அப்போது தான் ஒரு ஜீவன் நம்மோடு இருப்பதையே உணர்ந்தாள் .

சைத்து : ஹப்பாடா நா கூட மூச்சி முட்டி செத்தாலும் தனியா சாவோமேனு பயந்தே போய்டேன். நல்ல வேலை துணைக்கு நீ இருக்க வா ஹைபை (hifi) போட்டுக்கலாம்"

அவள் மூச்சு விடாமல் பேச இவனிற்கு தான் மூச்சு வாங்கியது , அவள் பேசுவதை அவனை அறியாமலேயே ரசிக்க ஆரம்பித்துவிட்டான் .

இவளுக்கு இந்த ரணகளத்திலயும் எப்படி கிளுகிளுப்பா இருக்க முடியுது என்று ஆச்சிர்யமாய் பார்த்திருந்தான்.

சைத்து : என்ன பா ஹைபை குடுக்க மாட்டியா ? ஏன் கொரோனா வா ?அதா முழுசா முடிருக்கியா ? பேசு ராசா பேசு , ஏ உனக்கு வாய் பேச வராத ? நா பேசுறது புரியுதா ?
ஒரு வேளை உனக்கு காதும் கேட்காதா ?என கேட்டு அவளே முகத்தை சோகமாக மாற்றி கொண்டாள்.

அவனோ சிரிப்புடன்
"இல்லைங்க "என்க,

சைத்து : லூசா டா நீ , கிறுக்கி மாதிரி ஒருத்தி கத்திட்டு இருக்கேனே. நான் பேசுவேனு சொல்றதுக்கு என்ன ? அவனிற்கு கோவதிற்கு பதில் சிரிப்பே வந்தது. அதையும் கர்சீப் மறைத்து கொண்டதே ,

அர்ஜுன் : நீங்க எங்க என்ன சொல்ல விட்டிங்க. நீங்களே கேள்வி கேட்டு நீங்களே பதில் சொல்லிக்கிட்டிங்க .

அசடுவழிந்த சைத்து : ஈஈ ஆமா ல சேரி சேரி ரொம்ப பேசாத .

(எத்தெய் நா ரொம்ப பேசுறனா அது சேரி என்று மனதில் நினைத்து கொண்டவன் மறந்தும் வெளியில் சொல்லவில்லை .)

சைத்து : ∴போன்ல சிக்னலும் இல்லயே. சேரி இந்தா இதுல என்ன அழகாக ஒரு ∴போட்டோ எடு டா தம்பி ,வர அவசரத்துல ∴போட்டோ எடுக்கல அதுவும் இல்லாம நாம இங்கேயே மண்டைய போட்டோம்னு வை நியூஸ் ல போடுறப்போ இந்த ∴போட்டோ போட்டா நா அழகாக தெரிவேன்ல அதா "என்று அவன் கையில் திணித்ததாள்.

ஆயிரம் பேர் அவன் போட்டோவுக்கு ஏங்க அவனை ∴போட்டோ எடுக்க சொல்லி படுத்திக்கொண்டிருக்கிறாள். அவன் எடுத்த போட்டோவில் அழகோவியமாய் இருக்க அதில் குஷியாகி.

சைத்து : தாங்க்ஸ் டா தம்பி சேரி வா நாம ஒரு செல்∴பி (selfie 🤳) எடுத்துப்போம் என்று அவனருகில் நின்று கிளிக் செய்தவளுக்கு, பின்புதான் அவள் குட்டி மூலையில் மணி அடித்தது. அவன் கண்களை தவிர ஒன்றும் தெரியவில்லை என உடனே "மூஞ்சில உள்ளதை கலட்டு டா ∴போட்டோ எடுப்போம் என்க அவன் முடியாது என்று தலையாட்ட .

சைத்து : மாட்டியா ? ஏன் டா மாட்ட ?ஒரு நிமிசம் இரு... ஒரு வேளை நீ திருடனா இருப்பியோ? எங்க ஆபீசில் கொள்ளையடிக்க போரியோ ? ஆனா கொள்ளையடிக்கிற அளவு ஏ ஆபீஸ் ஒர்த் (worth) இல்லையே.. வேணும்னா அந்த தவளவாயன் வீட்டுக்கு போ கொத்து கொத்தா அல்லலாம் .

அவனோ மனதிற்குள்: ஆரம்பிச்சிட்டா இன்னும் என்ன என்ன சொல்ல போறாளோ ?

சைத்து : இல்ல நீ கடத்தி, கொலைபண்ண வந்துருக்கியோ ? நா கடைசியாக படிச்ச கதைல இப்பிடித்தான் நடக்கும்.
அப்பிடியும் இல்லனா நீ தீவிரவாதியோ ? என்று கூறி அவளின் வாயின் மேல் தன் இருகைகளையும் வைத்து பொத்தி கொண்டாள் .

அவளின் செய்கையில் அவனால் சிரிப்பை கட்டுப்படுத்தவே முடியவில்லை . அந்த நேரத்தில் லிஃப்ட் சரி செய்வதால் அது குலுங்க அவளின் மேலே விழுந்தான்.
அதில் அவன் கை அவள் மெல்லிடையில் அழுத்தமாக பதிந்தது .
சைத்து அதிர்ந்தது பார்க்க அவனோ மிக அருகில் எவ்வித முகபூச்சும் இன்றி இயற்கையாய் மிலிர்ந்தவளை விழி மூடாமல் ரசித்திருந்தான் .

(மீ : டேய் வேணாம் டா அர்ஜுன் சொல்ற பேச்ச கேளூ)

அடுத்த நிமிடம் வயிற்றை பிடித்து கொண்டு தரையில் கிடந்தான் .முதல் இரண்டு நிமிடம் அவனுக்கு ஒன்றுமே விளங்கவில்லை பின்பு தான் உணர்ந்தான் அவள் அடித்துவிட்டதை ,சினம் கொண்டு அவளிடம் பேச தொடங்கும் முன்.

சைத்து : ஏய் முதல லிஃப்ட் ஆடுனதால மேல விழுந்த ஓகே அப்ரம் என்ன டா லூக்கு, இவரு பெரிய ***படம் அர்ஜுன் மெஹ்ரா போஸ் (pose) குடுக்குறாரு .

அவனின் பேயரை சொல்லவும் இவனுக்கு சிரிப்போடு சேர்த்து ஆர்வமும் வந்தது ,அதில் வலியும் கோபமும் காணமல்போனது.

அர்ஜுன் : ஏங்க உங்களுக்கு அவன பிடிக்குமா ?

சைத்து : ஏய் அவன், இவன்னு சொன்ன வாய பேத்துறுவேன். மரியாதையா கூப்பிடனும் புரியுதா ?

அர்ஜுன் : சரிங்க அவளோ பிடிக்குமா அவங்கள ?

சைத்து : பிடிக்குமாவா ? உங்க வீட்டு எங்க வீட்டு அளவு இல்ல டா , ஊரன் வீட்டளவு பிடிக்கும்.

("ஓ மேடம் நம்ம ∴பேன் ஆ , எவளோ பிடிக்கும்னு சொல்றதுக்கு எக்ஸம்பில் (example) எல்லாம் இவகிட்ட தான் கத்துகணும்" என்று மனதில் நினைத்தவன்)

அர்ஜுன் : அப்போ நீங்க அவர பார்த்து இருக்கிங்களா ?

சைத்துவோ" நாம எங்க பாத்தோம் அதா அவன் கூட இருக்குற நாலு தடி மாடுகள் பாக்க விடலயே இருந்தாலும் இந்த மாஸ்க் போட்ட மல கொரங்குட்ட கெத்த விட்டுறாத சைத்து "என்று தனக்குதானே மனதிற்குள் சொல்லிக்கொண்டு "நா எத்தன வாட்டி பார்த்து இருக்கேன் தெரியுமா ?

அர்ஜுன் : அப்பிடியா அவளோ நல்ல தெரியுமா உங்களுக்கு ?

என்ன இப்பிடிலாம் கேக்குறான் சேரி சொல்லுவோம் என்ன பண்ணிடுவானுங்க என மைண்ட் வாய்ஸில் (mindvoice) பேசியவள் " ம்ம் நல்ல தெரியுமே நானும் அவனும் ரொம்ப குளோஸ்(close) எவ்ளோ குளோஸ்னா...

அர்ஜுன்: உங்க வீட்டு, எங்க வீட்டு அளவு இல்ல, ஊரன் வீட்டளவு குளோஸ் அதானே ?

சைத்து : அதே தான் ,என்கிட்ட சொல்லாம ஏதுவுமே செய்ய மாட்டான் ,போன மாசம் ஒரு BMW கார் வங்குனானே , என்கிட்ட தான் வந்து வாங்கிக்கவாணு கேட்டான் . நானும் கலுத நல்லாதானே இருக்கு வாங்கி போடுணு சொன்னேன்.
அப்ரம் ரெண்டு நாள் முன்னாடி ஒரு புது படத்துக்கு பூஜை போட்டானே நா வந்து குத்து விளக்கு ஏத்தி வச்சாதா அந்த படத்தையே நடிப்பேனு ஒரே அடம் .
நான் தான், இல்ல செல்லம் எனக்கு சின்ன வேலை இருக்கு நெக்ஸ்ட் பட பூஜைக்கு வரேன்னு கதறிட்டு இருந்தவன கண்ணை தொடச்சு அனுப்பி வச்சேன்.
எல்லாத்தையும் என்கிட்ட கேட்டு தான் செய்வான் சில்லி பாய் (silly boy)

அர்ஜுன் : உண்மையாவா?

சைத்து : ஏன் நீ நம்பலையா?

அர்ஜுன் : நீங்க சொல்லி எப்படி நம்பாமல் இருக்க முடியும் ?ஆனா யார்கிட்டயும் பேச மாட்டாரு அவருக்கு ஒரே ஒரு பிரண்டு தா , அப்ரம் ரொம்ப கோவக்காரனு என்று கேள்விப்பட்டேன் .

சைத்து : அடுத்தவங்க கிட்ட தான் டா, அவன் கோவக்காரன் . என்கிட்ட பொட்டி பாம்பாட்டம் பணிவாதான் நடந்துப்பான்.

(அவனோ அடிங் கொய்யால உனக்கு இருக்கு டி , என்ன வாயி ? என மனதில் நினைத்து சிரித்துகொண்டு இருந்தான்)

அவள் சொல்லிக் கொண்டிருக்கும்போதே லிஃப்ட் சரியாகி
விட, அது நகர ஆரம்பித்தது இவர்கள் வரவேண்டிய
தளத்திற்கும் வந்துவிட கதவும் திறந்தது . வாசலிலேயே
நின்றிருந்தனர் கார்த்திக்கும் வர்ஷினியும்.
உனக்கு ஒன்னும் இல்லேலடா என்ன மாத்தி மாத்தி
கேள்வி கேட்டுக்கொண்டேபோக அதற்குள் அவன் இவன்
பேச்சைக் கேட்கும் தூரத்திற்கு சென்று மறைந்து
கொண்டான்.

அவனை காணாமல் சைத்து "எனக்கு தெரியும் அவன்
தீவிரவாதி தான் அவனை நான் கண்டுபிடிச்சோனே
அர்ஜுனை பத்தி பேசி, பேச்சை மாற்றி தப்பிச்சிட்டான்
ராஸ்கல்.. டேய் உனக்கு என்ன பத்தி தெரியாது ..
இரு டி... உன்ன புடிச்சு குமாங்குத்து குத்தல,
ம்ஹும் குத்துறேன்.."

வர்ஷினி : என்னடி உளறிட்டு இருக்க?

சைத்து : ரெண்டு பேரும் கம் க்ளோஸர் (come closer) இங்கு
ஒரு தீவிரவாதி சுத்திட்டு இருக்கான். அவன நம்ம தான்
பிடிக்கப் போறோம் . ஆப்ரேஷன் "எம்எம்"

கார்த்திக் : அது என்ன எம்எம்?

சைத்து : மாஸ்க் போட்ட மலகுரங்கு .
சேரி கார்த்தி நீ இந்த பக்கம் போ ,வர்ஷீ நீ இந்த பக்கம்
போ ,நான் நேரா போறேன் பார்மல் டிரஸ்ல லூசு மாதிரி
தலையில் தொப்பியும் மூஞ்சில கர்சீப்பும் கட்டிட்டு
இருக்கிற பேக்க நீங்க எங்கேயாச்சும் பார்த்த உடனே
எனக்கு கூப்பிடுங்க . கோ(go) .

அவர்களோ "ஓகே லீடர்" என்ற சல்யூட் அடித்து சென்றனர்

அர்ஜுன் : இவ மட்டும்தான் இப்படின்னு பார்த்தா , இவ கூட இருக்கிறதும் இப்படித்தான் இருக்கும் போலயே என்று சிரித்துக் கொண்டிருந்தான்.

சைத்து செல்ல போக எஸ்கியூஸ் மீ (excuse me) என்று ஒரு ஆடவனின் குரல் கேட்டது . இவள் நின்று திரும்பிப் பார்க்க அர்ஜுனும் அதே இடத்தில் நின்று வேடிக்கை பார்த்தான்.

சைத்து : சொல்லுங்க

அவன் : இங்கே டீம் லீடராக இருக்க சைத்ரா யாருன்னு சொல்ல முடியுமா?

சைத்து : ஏன் அவளை நீங்க தேடுறீங்க?

அவன் : நீங்க எனக்கு சீனியர் என்று நினைக்கிறேன் அக்கா மாதிரி இருக்கீங்க நீங்க யார்கிட்டயும் சொல்லக்கூடாது முக்கியமாக அந்த சைத்ரா கிட்ட சொல்ல கூடாது.

சைத்து : ம்ஹும் சொல்லவே மாட்டேன்

அவன் : என் பேரு சிவா அக்கா .நாங்க மூணு நாளைக்கு முன்னாடி தான் அக்கா இங்கே சேர்ந்தோம் நானும் என் ்ப்ரெண்டும். வந்த நாளிலேயே அந்த சைத்ரா மேல லவ்ல விழுந்துட்டான் என் ்ப்ரெண்ட் . அடுத்தநாளே ப்ரொபோஸ் பண்ணிட்டான் .
அதுக்கு அவ என்ன சொல்லி இருக்கணும் முடியாது இல்ல ஆள் இருக்குன்னு சொல்லி இருக்கணும், அத விட்டுட்டு அடிச்சு மூஞ்சிய உடைச்சு அனுப்பி இருக்கா தப்புதானே ?

சைத்து : ஆமா தம்பி ரொம்ப ரொம்ப தப்பு என்றவாறு யோசித்தாள் (ரெண்டு நாளைக்கு முன்னாடி ரெண்டு பேர அடிச்சோமே அதுல இவன் ∴ப்ரெண்ட் யாருன்னு தெரியலையே)

சிவா : அக்கா அவளை பத்தி முழுசா விசாரிச்சேன் செம்ம அழகாம், ரொம்ப திமிராம், கோவம் வந்தா கை தான் பேசுமாம் ,அவளை பார்த்து ஆம்பளைங்களே பயப்படுவார்களாம் ஆனா நான் பயப்படமாட்டேன் பெரிய இவளா அவ ? ஆயிரம் பசங்களோட பழகிருப்பா தானே ?இன்னைக்கு அவளா நானானு ஒரு கை பார்த்துட்டு தான் போவேன்.

அர்ஜுன் : இவ ∴பேஸ் ரியாக்ஷனே (face reaction)சரி இல்லையே அவன் சொல்ற பொண்ணு இவ ∴பிரண்டா இருப்பாளோ அதுதான் கோபப்படுறபோல. அவனிற்கு தான் இவளின் பெயர் இப்போது வரை தெரியாதே" டேய் ஓடிரு டா, நானே வாங்கிட்டுதான் நிக்கிறேன் " கடவுளே இந்த பிஞ்சு குழந்தையை காப்பாற்றுவாயாக" என்று அந்த பாவப்பட்ட ஜீவனுகாய் வேண்ட, அவனோ நிறுத்தாமல் பேசிக் கொண்டிருந்தான் .

அப்போது ஒருவள் வந்து "சைத்ரா" உன்னை வர்ஷினி வர சொன்னாள் என்று கூற
சைத்து : "இதோ இங்க முடிக்க வேண்டிய வேலை ஒன்று மிச்சம் இருக்கு அதை மொத்தமா முடிச்சிட்டு வரேன்னு சொல்லு."

சிவா : அக்கா அப்போ உங்க பேரு கூட சைத் த் த் என இழுத்தான் நா தந்தியடிக்க.

சைத்து : த் த் இல்லமா . சைத்ரா சொல்லு சைத்ரா.. செல்லம் ,தங்க புள்ள எங்க நீங்க ஓடுறீங்க? ஏண்டா உனக்கு எவ்ளோ அதுப்பு இருந்தா ? என்ன பத்தி

என்கிட்டே பேசுவ ? என்ன சொன்ன ஒரு கை பாக்கணுமா என்றபடி அவன் கையை வளைக்க.

சிவா : அக்கா விடுக்கா தெரியாம சொல்லிட்டேன்.

சைத்து : ஏன்டா டேய் ஒரு பொண்ணோட அனுமதி இல்லாமல் அவளை பற்றி விசாரித்து இருக்க ம்ம் என்று கையில் அழுத்தம் கொடுக்க.

சிவா : அக்கா வாசலில் இருந்த டீக்கடையில் தான் விசாரிச்சேன் வலிக்குது கா.

சைத்து : அப்புறம் என்ன சொன்ன அழகு, திமிரு இல்ல.. அடேய் ஒவ்வொரு பொண்ணுக்கும் திமிரு இருக்கும் .அது நல்ல வகையில் இருக்கிறதா இல்லையா என்று தான் மேட்டர் (matter)புரியுதா ?
சார் அப்பரம் என்ன சொன்னிங்க ?
அவ என்ன பெரிய இவளானு தானே கேட்ட ?
ஆயிரம் பசங்களோட பழகி இருப்பதானேவா ம்ம்...

"இங்க தாலிய புருசன் கையிலே கலட்டிகுடுக்குற பொண்ணுங்களும் இருக்காங்க, ஆயிரம் பேர் கூட பழகினாலும் தாலி கட்டுறவன தவிர வேற ஆம்பளைங்கல தான் நிழலல கூட தொடவிடாத பொண்ணுங்களும் இருக்காங்க, நா இதுல ரெண்டாவது ரகம் புரியுதா ?
அப்புறம் என்ன சொன்ன புடிக்கலனா புடிக்கலைன்னு சொல்லனுமா ? நான் சொல்லலனு நினைக்கிறாயா? அந்த நாய் கேட்டாதானே என்னை விட மூணு வயசு கம்மி டா சொன்னா கேளுனு சொன்னா.
அஞ்சலி சச்சின் இல்லையா, ஐஸ்வர்யா தனுஷ் இல்லையான்னு பேசிட்டே இருந்தான். அதான் அவனுக்கு புரியிறமாதிரி சொல்லி அனுப்பினேன்.

வந்துட்டரு சார் ::ப்ரெண்டுக்கு நடந்த அநியாத்த
தட்டிக்கேட்க .

சிவா : ஐயோ அக்கா உன்ன பத்தி தெரியாம
வந்துட்டேன்கா . இனி உங்க முன்னாடி கூட
வரமாட்டோம்

சைத்து : "வெரி குட் "இனி ஒருத்தரை பத்தி தெரியாம
தப்பா பேச கூடாது முக்கியமாக பொண்ணுங்கள...
சாவடிசிருவேன் சரியா? போ என்று கையைவிட்டாள்
சிறிது தூரம் சென்றவன்

"அவன் சொன்ன அப்போ கூட நம்பல ஆன நீங்க ரொம்ப
அழுகு நா இத சொல்லியே ஆகனும் சைத்து அக்கா ஐ
லவ் யூ "என்றான்.
மாலா அக்கா ஐ லவ் யூ என்பதைப்போல ,

இவள் : அடிங்க என்க
அவன் தெறித்து ஓட அதை பார்த்து சிரித்து விட்டு .இவள்
வர்ஷினி இடம் நோக்கி சென்றாள்
அர்ஜுன் கண்ணீர் வரும் வரை சிரித்தவன் அவளின் பின்
நகர்ந்தான்.

சைத்து : ஏண்டி கூப்பிட்ட?

வர்ஷினி : அவனா பாரு, நீ சொன்னவன்..

சைத்து : இல்லடி

அப்போது வருவது அர்ஜுன் மெஹ்ரா என்று
அறிந்துகொண்ட கார்த்திக். சைத்துவிடம் கூறுவதற்காக
ஓடி வந்தான்.

கார்த்திக்: உனக்கு ஒரு விஷயம் தெரியுமா? அவனை அறைந்தவள்.
"சொல்லாம எப்படி தெரியும்" என்றாள் வடிவேலு பாணியில்.
அதே நேரத்தில் அர்ஜுன் தனியாய் சென்ற விஷயம் அறிந்த அபி பதற்றத்துடன் ஓடி வந்தான் .

அபி: "டேய் எத்தனை தடவை சொன்னாலும் கேக்க மாட்டியா சரி மேடைக்கு போ, நீ இன்னும் வராலையானு கேட்டுகிட்டே இருக்காங்க."
அர்ஜுன் அவள் முன்னே நடந்து சென்றான்.

சைத்து : ஏய் மஸ்க் போட்ட மல குரங்கு.
என்ன அவன் மேடைக்கு போறான் ?

கார்த்தி : நான் சொல்றது ஒரு நிமிஷம் கேளு சைத்து .

சைத்து : "டேய் வாய மூடுடா இல்ல உன்ன சாவடிச்சுருவேன்" என்றவள் .

மேடையை பார்க்க அவனோ அவளை பார்த்து உள்ளே சிரித்துக் கொண்டும் வெளியே முறைத்துக்கொண்டும் கேப்பையும் (cap) கர்சீப்பையும் அகற்றினான்.

இப்போது அவளின் நிலை சொல்லவா வேண்டும் ?அதிர்ச்சியில் நெஞ்சை பிடித்துக்கொண்டு பேய் அறைந்த மாதிரி நின்றுவிட்டாள் .

வர்ஷினி : ஏய் வாவ் , செம்ம டி . உன் ஆள் அதான் அதிர்ச்சியில் இப்படி நிக்கிறியா?

அவனைப் பார்த்தபடியே இல்லை என்று இவள் தலையை ஆட்ட .

அவன் கையிலிருந்த தொப்பியும் ,கர்சீப்பையும்
பார்த்தவர்கள்.

கோரசாக "மாஸ்க் போட்ட மலைக்கொரங்கு" என்க
அவளும் பீதியுடன் இப்போது ஆம் என்று
தலையாட்டினாள்.

இப்போது பேய் அறைந்தது போல் நிற்பது இவ்விருவரின்
முறை ஆயிற்று...

பகுதி - 4

அதிர்ச்சியில் இருந்து முதலில் வெளிவந்த
வர்ஷினி : சரிடி அவர் கிட்ட வம்பு எதும் செய்யலைல
டிரஸ (dress) பார்த்து தானே சந்தேகப்பட்டு தேட
சொன்ன ?

சைத்து : இல்லடி திட்டினேன்...

வர்ஷினி பீதியுடன் : அப்புறம் ...

சைத்து : வாடா போடான்னு பேசினேன்..

இப்போது கார்த்திக் : அப்புறம்...

சைத்து : அவர பத்தி அவர்கிட்டயே அடிச்சிவிட்டேன்...

கார்த்திக் : ஹப்படா, நல்ல வேலை நீ எங்க
எல்லார்கிட்டயும் கையை நீட்டுற மாதிரி. அவர் கிட்டயும்
நீட்டி இருப்பியோனு பயந்தே போயிட்டேன் என்று
பெருமூச்சு விட

அவனை பாவமாய் பார்த்த
சைத்து : கையில் எல்லாம் அடிக்கல, கால வச்சு தான்
வயித்துல மிதிச்சுட்டேன்.

வர்சி : அடியே பிச்சு பிச்சு சொல்லாமல் ஃபுல்லா சொல்லு
டி செத்துருவோம் போல இருக்கு ....

குழந்தை முகத்தோடு சைத்து ஒரு வரி விடாமல்
சொல்லி முடிக்க...

கார்த்திக் : வர்ஷினி ஆம்புலன்ஸூக்கு போன் போடு.
எனக்கு நெஞ்சு வலிக்கிற மாதிரி இருக்கு. நான்
செத்துட்டா என் குடும்பத்தை நீ பார்த்துப்பியா ?
என் டாவு (sight) கிட்ட சொல்லிடு இந்த ஜென்மத்திலே
இல்லனாலும் அடுத்த ஜென்மத்துல சேரலாம்னு .

சைத்து : டேய் ,உலறுரத நிப்பாட்டு நானே பயத்துல
இருக்கேன்.

கார்த்திக் : நீயாவது பயப்படுறதாவது, உன்கூட சேர்ந்து
கும்மி அடிக்கிற பாவத்துக்கு ,நாங்க தான் ஒவ்வொரு
நிமிஷமும் பயப்படனும்..
நீ ஏன் செல்லம் பயப்படுற? நீங்க எவ்ளோ பெரிய ஆளு
அவ்ளோ பெரிய ஆக்டர அசிங்கமா திட்டி இருக்கீங்க,
அளவில்லாமல் அள்ளி விட்டு இருக்கீங்க ,அப்புறம் அவர
அடிச்சு இருக்கீங்க .இதுக்கு அவர் உனக்கு பொன்னாடை
போர்த்தி ,பூங்கொத்து கொடுப்பாரு வாங்கிக்க போ...சிறிது
இடைவெளிவிட்டு சரி நீ ஏன் பயப்படுற ஜெயிலுக்கு
போய் கம்பி எண்ண போறதுக்கா ?? இந்த தடவை அந்த
அரைவேக்காடு ஆகாஷால கூட உன்னை காப்பாத்த
முடியாது ,நல்லா அனுபவி...

சைத்து : ச்சீ அதுக்கெல்லாம் இல்லடா அவர் கூட
போட்டோ எடுக்கணும், ஆட்டோகிரா:ப் வாங்கணும்னு
எவ்ளோ ஆசைப்பட்டேன் .இப்போ அது நடக்காமலே
போயிடுமோன்னு பயமா இருக்கு..

அவள் பதிலில் கார்த்திக்குக்கும், வர்ஷிக்கும் மூஞ்சி
போன போக்கை பார்க்கணுமே...

கார்த்திக் : வர்ஷினி ஆம்புலன்ஸ்க்கு இல்ல போலீஸ்க்கு
போனை போடு. இவளை கொன்னுட்டு நான் ஜெயிலுக்கு
போயிடுறேன் ,எனக்கு வர்ற ஆத்திரத்துக்கு இவள....

ஐயோ என்ன பண்றதுன்னு தெரியலையே?? கொஞ்சமாச்சு உனக்கு சீரியஸ்னஸ் தெரியுதா. அவரைத் தூக்கி போட்டு மிதிச்சிட்டு, அவர்கூட போட்டோ எடுக்க முடியலனு மனவருத்தம் வேற..
மேடம் பண்ண காரியத்துக்கு அவரு வாமானு மடியில் உட்கார வெச்சு போஸ் கொடுப்பாரா...
மூஞ்சிய பாரு நல்ல அனிமேஷன் பண்ண ஆயா மாதிரி என்று
இவன் வாயை மூடாமல் வசைபாட ..

அவளோ மடியில் உட்கார வச்சு போஸ் கொடுப்பாரா என்றதிலே தேங்கி .அவன் மடியில் ஒக்காந்து செல்பி எடுப்பது போல் கற்பனை குதிரையை ஓட்டி, குதித்துக் கொண்டு இருந்தாள்...

மூச்சு வாங்க திட்டி கொண்டிருந்தவன் அவள் புறம் திரும்பி பார்க்க. அவளோ விட்டத்தைப் பார்த்து பல்லிளித்து கொண்டிருந்தாள்...

கார்த்திக் : இவளை என்ன தான் டி பண்றது ?புடிச்சா அவளை மட்டும் பிடிக்க மாட்டாங்க. ∴ப்ரெண்ட்ஷிப் தான் சொத்து நமக்குனு அவகூட சும்மா சுத்திக்கிட்டு இருக்க நம்மளையும் தான் சோலிய முடிக்க போறாங்க எனும்போதே விழா ஆரம்பமானது...

அவர்களின் HR பேசிக்கொண்டிருக்க
சைத்து : டேய் அந்த தவளைவாயன போ சொல்லிட்டு என் செல்லத்தை பேச சொல்லுடா....

கார்த்திக் : நான் கொலைகாரனா மாறுறதுகுள்ள அவள வாய மூட சொல்லு, அவர பாரு கண்ணகிக்கு காட்பாதர் மாதிரி நம்மளையே முறைச்சு பார்த்துட்டு இருக்காரு.

இவளோ அவனை அடித்தும் விட்டு ,வெட்கமே
இல்லாமல் சைட் அடித்துக் கொண்டு இருக்கிறாள்.

அர்ஜுன் : இவ என்ன இப்படி பார்கிறா, ஐயோ ஒரு
மாதிரி இருக்கே என்று தலையை கோதி சிரிக்க..
அதையும் அவனவள் ஆ என்று பார்த்திருந்தாள் ...

இவளை ஏதாச்சு பண்ணனுமே என்று நினைத்துக்
கொண்டிருக்கையிலேயே அவனை பேச சொல்லி
அழைத்தனர்..

அர்ஜுன் : எல்லாருக்கும் வணக்கம் ,இங்க வந்ததுல
எனக்கு ரொம்ப சந்தோஷம்... அப்புறம் சார் ரொம்ப ∴பீல்
பண்ணாரு என்ன வெல்கம் (welcome)பண்ண முடியலன்னு
நான் முகத்த கவர் (cover)பண்ணிட்டு வந்ததால, ஆனால்
என்ன இங்க ஒருத்தங்க ரொம்ப நல்லாவே வெல்கம்
பண்ணாங்க...அந்த வெல்கம்ல நான் மிரண்டு
போய்ட்டேனு தான் சொல்லணும் என்று சைத்துவை
பார்த்தவாறு சொல்ல...

கண்கள் தெறித்து விழும் அளவிற்கு பெரிதாக்கி பீதியுடன்
நோக்கிக்கொண்டிருந்தாள் அவளவனை.
அவனும் நக்கலாய் சிரித்துக்கொண்டு அவன் அருகில்
நின்றிருந்த HR சாரிடம் அவளை நோக்கி கைநீட்டி ஏதோ
சொல்ல

சைத்து : டேய் அவன் தவளைவாயன் கிட்ட என்னடா
சொல்றான் ?அம்புட்டு பயபுள்ளைங்களும் என்னையே
வேற பாக்குதுங்க..

கார்த்திக் : உன் ஹீரோ உனக்கு ஆப்பு ரெடி
பண்ணிட்டாருடியோய் . தயாரா இருங்க மிஸ் சைத்ரா...

சைத்து : செருப்பு பிஞ்சிடும் ,நானே அடி வயிதுல அலாரம் அடிக்குது னு இருக்கேன். நீ வேற என்ன வெறுப்பு ஏத்துறியா ? சாவடிச்சிடுவேன்...

அர்ஜுன் : மேடைக்கு வர முடியுமா ?மிஸ் .சைத்ரா என அழைக்க

சைத்து : டேய் டேய் என்ன எதுக்குடா கூப்பிடுறான் ?

வர்ஷினி : ஒன்னும் ஆகாது போ டி, ஏதாச்சு பிரச்சனைனா எப்பவும் போல நம்ம கார்த்தியை கோர்த்துவிட்டுரு...
இப்படி எல்லாம் அவன்தான் நடந்துக்க சொன்னான்...
இல்லன்னா குடும்பத்தை கூண்டோட க்ளோஸ் பண்ணிடுவேனு மிரட்டினான் .அதான் அப்படி ஆயிடுச்சுன்னு அடிச்சுவிடு ....

கார்த்தி : நானு..., அவள...,மிரட்டினேன்.., இதெல்லாம் புள்ளபூச்சி நம்புமா ? ஆத்தா வர்ஷினி நீ நல்லா இருப்பமா..நல்லா இருப்ப...

அர்ஜுன் அவளை மறுபடியும் அழைக்க கார்த்தி : அதான் உன் செல்லம் கூப்பிடுறாரு இல்ல போறது...

சைத்து : வந்து வச்சுக்கிறேன் டா உன்ன என்று நகர மறுத்த கால்களை கஷ்டப்பட்டு நகர்த்தி வந்து சேர்ந்தாள் மேடைக்கு.

அர்ஜுன் : இவங்கல எல்லாருக்கும் தெரியும்ணு நம்புறேன். சைத்துதான் என்ன யாருன்னே தெரியாம ரொம்ப அழகா வெல்கம் பண்ணாங்க...எப்படி வெல்கம் பண்ணாங்க எப்புடினு சொல்லவா சையித்ரா என்று அவளைப் பார்க்க

அவள் கண்களால் இறைஞ்சினாள் "டேய் நல்லா இருப்ப
டா நீ .இனி நீதான் என் கடவுள், ரூம்ல இருக்க
போட்டோவ அப்பிடியே கொண்டுபோய் பூஜை ரூம்ல
மாட்டி வச்சு வினாடிக்கு ஒரு தடவை விழுந்து
கும்புடுறேன் சாமி ,போட்டு மட்டும் கொடுத்துராத ராசா
...அப்படின்னா கார்த்திக்க உன் முன்னாடி உட்கார வைச்சு
மொட்டை போடுறேன் என்று மனதில் அவளவனிடம்
மன்றாடி கொண்டிருந்தாள்..

அவனும் சிரித்துக் கொண்டு
அர்ஜுன்: சேரி அது வேணாம் .இப்போ எனக்கு கொடுக்க
வேண்டிய மரியாதையை அவங்களுக்கு தான் கிடைக்கும்
நான் விருப்படுறேன் என்று HR இடமிருந்து
பொன்னாடையை வாங்கியவன் அவள் அருகே சென்று
போர்த்தினான் .

அவள் காதருகில் "ஓய் ரவுடி" என்கவும் தான்
அதிர்ச்சியில் இருந்த சிலைக்கு உயிர் வந்தது .

அவள் நிமிர்ந்து பார்க்க அவள் மூச்சுக்காற்று உரசும்
தூரத்தில் அவன் முகம். பலநாள் கனாக்களில் இதுபோல்
கண்டு அடுத்த கனா காணும் வரையில் பிதற்றி திரிந்த
நாட்கள் போய், இப்போது நிஜத்தில் நடப்பது கூட
கனவாகவே தெரிகிறது பாவைக்கு... இவள்
கண்ணிமைக்காமல் பார்க்க அவனும் வசீகரிக்கும்
சிரிப்போடு பூங்கொத்தை வாங்கி அவள் கரம் பிடித்து
அதில் வைத்து , அழுத்தம் கொடுத்தான்.

இப்போது அவனின் சிரிப்பு அவளையும்
தொற்றிக்கொண்டது. அவளிற்கு மேடையிலே குத்தாட்டம்
போடதான் தோன்றியது அந்தப் பூரிப்புடன் போட்டோக்கு
போஸ் கொடுத்து நன்றி என்று அவனைப் பார்த்து
தலையாட்ட அவனும் அவளுடன் சேர்ந்து
தலையாட்டினான் சிரிப்புடன்..

மேடையிலிருந்து கீழே இறங்கி வெறும் தரையை பார்த்து சிரித்துக்கொண்டே வந்தவளை. எல்லாரும் ஒரு மார்க்கமாய் பார்க்க வர்ஷியும் கார்த்திக்கும் அவள் எங்காவது சென்று மோதும் முன் இழுத்து வந்து உட்கார வைத்தனர்...

இங்கு அபியோ மூளை செயலிழந்தவன் போல் தனியாய் பேசிக் கொண்டிருந்தான். வேறு எதனால் அர்ஜுன் செய்த காரியத்தினால் தான். பெண்களைப் பார்த்தால் சட்டியில் ஊற்றிய எண்ணெயாய் கொதிப்பவன், ஒரு பெண்ணை புகழ்ந்து பொன்னாடை போர்த்தி அனுப்பிவிட்டால் அவன் என்னதான் செய்வான்...

அபி : அந்த பொண்ணு யாரா இருக்கும்? ஒருவேளை அது அர்ஜுன் தங்கச்சியா இருக்குமோ ? எனக்கு தெரியாம எப்படி ? ஒரு வேலை பொறந்த உடனே குப்பை தொட்டியில் போட்டு இருப்பாங்களோ? அவங்க ஏன் குப்பை தொட்டியில் போடனும்? ஒரு வேளை திருவிழால தொலைஞ்சு இருக்குமோ அதான் இப்போ கண்டுபிடிச்சு இருக்கானோ ? இல்ல தூரத்து தங்கச்சியா இருக்குமோ? (மீ: அபி உனக்கும் சைத்து வியாதி தொத்திக்கிச்சா என்ன ?? ஐயோ பாவம்) டேய் அர்ஜுன் டாக்டர்க்கே பிபி வர வச்ச பெருமை உன்ன தாண்டா சேரும் என்று இவன் பிதற்றிக் கொண்டிருக்க .

அர்ஜுன் தன் உரையை முடிக்க, சாப்பாடும் தொடங்கியிருந்தது ப.ஃபே சிஸ்டம் தான். வருவது இவன் என்று தெரியாததால் ஆட்களும் கம்மியா இருந்தனர் ,அங்கு வேலை செய்பவர்கள் மட்டுமே..
போட்டோ எடுத்து ,ஆட்டோகிராஃப் போட்டு முடித்தவன் அபியிடம் வர,

அபி : டேய் அந்த பொண்ணு உனக்கு எப்படி டா தங்கச்சி?

அர்ஜுன் : யாரா டா சொல்ற ?

அபி : அதா இப்போ பொன்னாடை போர்த்தி, போஸ்
குடுத்தியே அந்த தங்கச்சிதான்...

அர்ஜுன் : டேய் தங்கச்சி கிங்கச்சின்ன பல்லை
உடைச்சிடுவேன்...
ஐ லைக் ஹேர் (I like her) மச்சான், ஷி இஸ் சம்திங்
யுனிக் டா(she is something unique) அவளாள தான் டா எல்லா
பொண்ணுங்களும் ஒரே மாதிரி இல்லைன்னு எனக்கு
புரிஞ்சுது ,
நான் சத்தமா சிரிச்சு பார்த்து இருக்கியா டா ?ஆனா
இன்னிக்கு சிரிச்சிசேன் டா ...
கண்ணுல தண்ணி வர்ற அளவுக்கு சிரிச்சேன்,அவ பண்ற
சேட்டை எல்லாம் நீ பார்க்கணுமே சரியான வாலு...
அவ கூட இருந்தா சந்தோஷமா இருக்கேன், அவ என்
வாழ்க்கை முழுக்க கூடவேண்டும் ,கூடவே
இருக்கணும்னு தோணுது என்று பேசிக்கொண்டே
அவனை பார்க்க..
அவனோ நாய் வாலை மிதித்ததுபோல் அதிர்ச்சியில்
நின்றிருந்தான் ...
இவன் அபியை உழுக்க

அபி : டேய் ஹார்ட் சர்ஜன்க்கே (heart surgen)ஹார்ட்
அட்டாக் வர வச்சிராத டா எப்படி இந்த அதிசயம்
நடந்துச்சுன்னு முழுசா சொல்லு , இல்லைனா
மண்டையே வெடிச்சிடும் ...

அர்ஜுனும் முகம் கொள்ளா சிரிப்போடு அனைத்தையும்
விலக்கினான் ஒன்றுவிடாமல்...

அபி : என்னால் நம்பவே முடியல சூப்பர்டா அவ்ளோ சந்தோஷமா இருக்கு ,சொல்லு எப்போ டேட் பிக்ஸ் பண்ணலாம் ??

அர்ஜுன் : என்ன டேட் அபி ?

அபி : கல்யாண டேட் தாண்டா...

அர்ஜுன் : உன் புத்தி வேற எங்கே போகும் ? நான் எப்படா அவளா லவ் பண்றேன்னு சொன்னேன் ?

அபி : இப்பதானே சொன்ன ரொம்ப புடிச்சிருக்கு , லைஃப் ஃபுல்லா கூட வச்சுக்கணும்னு சொன்னியே..

அர்ஜுன் : ஆமா சொன்னேன். கல்யாணம் பண்ணா தான் கூட இருப்பாளா ?
என் ஃப்ரெண்டா அவ என் கூட இருக்கமாட்டளா ?
அவளா என் ப்ரெண்டா ஏத்துக்க போறேன் டா லூசு...

அபி : என்ன லூசா ? அது சரி உன்ன பத்தி தெரிஞ்சும் ,நீ சொன்னதெல்லாம் நம்பி கனவிலே கோட்ட கட்டுனேன்ல என்ன சொல்லணும்..

அர்ஜுன் : சரி நீ இப்படியே தனியா பேசிட்டு இரு , நா என் ரவுடி என்ன பண்றானு பார்த்து வரேன் பாய்...

அபி மனதில், உன் கண்ணுல காதல் தெரியுது மச்சான் அது உனக்குத்தான் தெரியல ,இத நா நேரடியா உன்கிட்ட சொல்லமாட்டேன் ஆனா உனக்கு உணர்த்துவேன்..

(அவனுக்கு தெரியவில்லை சிக்கிரமே யார் தயவும் இன்றி அவனே அதை உணருவான் என்று)

பகுதி - 5

அர்ஜுன் அவனின் ரவுடியை பார்க்க போவதாய் செல்ல "
டேய் நானும் வரேண்டா" என்று கத்திக்கொண்டே அபியும்
பின்னால் சென்றான்.

பொந்திலிருந்து எட்டிப்பார்க்கும் எலியை போல , அர்ஜுன்
தூணின் பின்னிருந்து எதையோ எட்டி எட்டிப் பார்த்துக்
கொண்டிருந்தான்.

அபி : ஐயோ எப்படி இருந்தவன் இப்படி ஆயிட்டானே
எல்லாம் காதல் படுத்தும் பாடு. கடவுளே உம் பிள்ளையை
ஆசீர்வதிப்பாயாக...

அர்ஜுன் : டேய் மூடிட்டு நில்லுடா கொன்றுவேன் உன்ன...

அபி : எல்லாம் என் தலை எழுத்து.. டேய் அந்த புள்ளய
பாத்தா அப்படி தெரியலையே டா அமைதியா தெரியுது..

அர்ஜுன் : யாரு அவ தானே இன்னும் கொஞ்ச நேரத்துல
பாரு தெரியும் என்று அவர்கள் அறியாமல் அவர்களை
கவனித்துக் கொண்டிருந்தனர்.

இங்கு கார்த்திக் : ஏதோ அவர் நல்லவரா இருந்ததால நீ
தப்பிச்ச இல்ல, தக்காளி உன்ன ஜூஸ போட்டிருப்பாரு
என்று குலுங்கி குலுங்கி சிரிக்க ..
தெளிவான சைத்துவோ அவனை ஒரு மார்க்கமாக
சிரித்துக் கொண்டே பார்க்க...

வர்ஷி : செத்தான் சேகரு ,பேச்சா பேசின , கொஞ்ச நஞ்ச
பேச்சா பேசின. இப்ப அவ குடுப்பா நல்லா வாங்கிக்கோ
என்று மனதில் நினைத்து சிரித்தாள்...

இருவரும் அவனை பார்ப்பதை பார்த்த கார்த்தி இப்போது சிரிப்பை நிறுத்திவிட்டு "என்ன இதுங்க பார்வையே சரி இல்லயே? ஆத்தி இது என்ன ? இவ வெறிகொண்டு பார்க்கிறாளே ...
வாழ்க்கைல வாய்ப்பு ஒரு தடவை தான் கிடைக்கும்னு விட்டு விளசிட்டேனே... ஐயோ இப்போ நா என்ன பண்ணுவேன் ?கண்டுபிடிச்சிட்டா போலயே ,டேய் கார்த்தி அப்படியே ஓடிருடா அவகிட்ட சிக்குன சின்னாபின்னமாகி சாக வேண்டியதான் என்று மனதில் நினைத்துக் கொண்டு நகர போக...

சைத்து : எங்க சார் போறீங்க ? என்ன அவசரம் ? வாங்க வேண்டியதை வாங்கிட்டு போங்க..

கார்த்தி : இயற்கை என்னை அழைக்கிது போயிட்டு வரேன்.. என அவனின் சுண்டு விரலை மடக்கி காட்ட...

சைத்து : இரு செல்லம் அத நான் வர வைக்கிறேன் என்று அவன் கையை வளைத்து பிடித்து " ஏன் டா டவுசரு... சின்னதா ஒரு கேப் கிடைச்சா போதுமே, இதான் சாக்குன்னு எவ்ளோ பேச்சு ம்?? அந்த மனுஷனே என்ன எதுவும் சொல்லல , ஆனா நீ என்று அவன் விரல்களை மடக்கி... ஜெயில்ல நான் கம்பி எண்ணணுமா ? அப்புறம் ஏதோ என் மூஞ்சி பத்தி சொன்னியே என்ன அது ?

கார்த்தி : அழகான மூஞ்சி ன்னு சொன்னேன் மா..

சைத்து : நீ என்ன சொன்னனு எனக்கு ஞாபகம் இருக்கு சும்மா சொல்லு...

கார்த்தி : இல்ல வேணாம்...

சைத்து : சும்மா சொல்லு டா செல்லம்...

கார்த்தி : அனிமேஷன் பண்ண ஆயா மாதிரின்னு னு என
இழுத்தான்.

சைத்து : கேட்க ரைமிங்கா இருக்குல்ல...

கார்த்தி : ஆமால்ல , எனக்கு நல்ல பேச்சு திறமை
இருக்குன்னு என் அம்மா கூட அடிக்கடி சொல்லும்...

சைத்து : அப்படியா என்று அவன் காலில் ஓங்கி மிதித்து ,
ஓரமாய் தள்ளி கும்மி எடுக்க...

கார்த்தி : என்னை காப்பாத்த யாருமே இல்லையா ?
கடவுளே என்னை காப்பாத்த தேவதூதர் அனுப்பி வைப்பா
என்று அலறிக்கொண்டு இருக்கையிலே, தானாய் சிக்கியது
பலியாடு .கார்த்திக் பாஷையில் கடவுள் அனுப்பிய
தேவதூதன் .அது அவர்கள் உடன் பணிபுரியும் தீபக்.
இவர்களை நோக்கி வந்தவன் .

தீபக் : சைத்து ஒரு ஹெல்ப்(Help)

சைத்து : என்ன ஹெல்ப் தீபக் சொல்லு என்னால
முடிஞ்சா செய்கிறேன்..

தீபக் : நீ நல்லா கவிதை எழுதுவனு சொன்னாங்க.

சைத்து : ஆமா தீபக் ஏதோ... எதுக்கு? யாருக்கு ??

தீபக் : நான் ரோஸ ரொம்ப லவ் பண்றேன். இன்னைக்கு
ப்ரொபோஸ் பண்ண கிரீட்டிங் கார்டு (greeting
card)வாங்கிட்டேன் .ஆனா கவிதை எழுத தெரியல ,அதான்
நீ கொஞ்சம் எழுதி கொடுத்த நல்லா இருக்கும்...

அர்ஜுன், வர்ஷினி ,கார்த்திக் மூவரும்" யாரு சாமி நீ
"என்ற ரேஞ்சில் பார்த்திருந்தனர் அந்த பலியாட்டை .

அர்ஜுன் : மச்சான் இவன அந்த கடவுளால் கூட காப்பாற்ற முடியாது என்று பரிதாப்பட்டான் அந்த ஆட்டிற்க்காய்..

சைத்து : நான்... லவ் கவிதை... உன் லவ்வர்காக எழுதணும்?? ஆர் யூ ஷேர் (are you sure)தீபக்???

தீபக் : சுயர் சைத்து...

சைத்து : செஞ்சிட்டா போச்சு என்று ஐந்தே நிமிடத்தில் எழுதி அவனிடம் நீட்டினாள். பின் நீட்டிய கையை திருப்பி இழுத்துக் கொண்டு "ஆனா ஒரு கண்டிஷன் ,என் கவிதையை யார் நினைத்து நான் பீல் பண்ணி எழுதுறேனோ... அவங்க தான் முதல்ல படிக்கணும் அப்போதான் என்னோட வரிகளை ∴பீல் பண்ண முடியும்...

தீபக் : புரியலையே...

சைத்து : இப்போ நீயே உன் ஆளுக்கு கவிதை எழுதுறேன்னு வச்சுக்கோ...அவகிட்ட குடுக்குறதுக்கு முன்னாடி உன் பிரெண்ட்ஸ் எல்லாருக்கும் படிச்சு காமிச்சிட்டு அதுக்கு அப்புரம் அவ கிட்ட கொடுப்பியா?? இல்லல....அவ முதல்ல படிச்சா தானே ஓ லவ்வ ∴பீல் பண்ணுவா ?
இப்ப உனக்கு பதில் நான்தான் எழுதினேன். அப்போ என் பாயிண்ட் கரெக்ட் தானே?
"அப்புரம் இன்னொரு ரொம்ப முக்கியமான விஷயம் நான் தான் எழுதினேனு அவ அடிச்சி கேட்டா கூட நீ சொல்ல கூடாது. ஏன்னா எனக்கு விளம்பரம் பிடிக்காது ,அது மட்டும் இல்லாம ஒரு கவிதையை கூட ஒழுங்காக சொந்தமா எழுதித்தர துப்பில்லனு உன்னைய

ரிஜெக்ட் (reject) பண்ணிடுவா அவ்வளவுதான் நான்
சொல்லுவேன்...."

தீபக் : ஓகே ஓகே சைத்து பிளஸ் மீ (bless me) என்று
அவள் முன் குனிய...

சைத்து : நல்லபடியா வாங்கிட்டு வா... இல்ல அவ லவ்வ
வாங்கிட்டு வான்னு சொன்னேன் போ போ

தீபக் : தேங்க்யூ சைத்ரா

சைத்து : மை பிளசர் (my pleasure)
என்று கள்ளசிரிப்புடன் அனுப்பி வைத்தாள்.

அவன் நேரே சென்று அந்த ரோஸ் என்ற பெண்ணிடம்
கார்டை கொடுக்க வெட்கச்சிரிப்புடன் வாங்கி படித்த
அவள்முகம், கர்ண கொடூரமாக மாறியது...

ரோஸ் : இத யார் எழுதினா??

தீபக் : நான்தான் பேபி செம்மையா இருக்குல்ல ???

ரோஸ் : செமையா இருக்கு...
கொஞ்சம் பக்கத்துல வா உனக்கு ஒன்னு கொடுக்கணும்
போல தோணுது...

தீபக் : அச்சோ பேபி இவ்வளவு பேர் இருக்காங்க
.அதெல்லாம் தனியாக வச்சுக்கலாம் என்று
வெட்கப்படுகிறேன் என்ற பெயரில் அவளின் பிபியை
ஏற்ற, பளாரென்று அறைந்து இருந்தாள் அவனை....

ரோஸ் : ஒரு நிமிஷத்துக்கு முன்னாடி வரைக்கும் உன்ன
நான் லவ் பண்ண , எப்போ இப்படி ஒரு கவிதையை
எழுதி கொண்டு வந்தியோ .அப்பவே உன்னை தூக்கி

எறிந்து விட்டேன்...இனி என் முன்னாடி வந்துராதே..வந்த உனக்கு சமாதிதான்...
என்று அந்த கிரீட்டிங் கார்டை அவன் முகத்தில் வீசி விட்டு போக
அவன் காரணம் புரியாமல் அதை பிரித்து படித்தவன் .கோபமாக அவளை நோக்கி வந்தான்...

அபி : டேய் அந்த பையன் கோவமா வராண்டா ,இந்த பொண்ணு அப்படி என்னதான் எழுதி வச்சுச்சுன்னு தெரியல ...வர வேகத்தை பார்த்தா அடிச்சிடுவான் போல... வா நாம போய் தடுப்போம்...

அர்ஜுன் : இவ அவன அடிக்காம இருந்தா சரி, கம்முனு வேடிக்கை பாரு...

இங்கே கார்த்திக் : அவன் சிங்கம் ஒன்று புறப்பட்டதே ரேஞ்சுல வரான் முடிஞ்சு சோலி....

சைத்து : என்னப்பா?

கார்த்திக் : அவன் ஜோலி முடிஞ்சு ன்னு சொன்னேன் மா

சைத்து : ம்ம் அது...

தீனா கோபமாக வந்து திட்ட ஆரம்பிப்பதற்குள் , இவள் அவனின் ஐடி கார்டை (id card) பிடித்து இழுத்து அறைய ஆரம்பித்துவிட்டாள்...

சைத்து : ஏன்டா உனக்கு எவ்வளவு திமிரு இருந்தா என்னையே உனக்கு மாமா வேலை பார்க்க வைப்ப?? உனக்கு என்ன பாத்தா எப்படி தெரியுது ஹான் ??காதலர்களுக்கு கவிதை இலவசம் போர்டு போட்டு உக்காந்திருக்கமாதிரி தெரியுதா?? எனக்கு லவ்

பிடிக்காதுன்னு உனக்கு தெரியுமா? தெரியாதா? என்று
அவனை முன்னுக்கும் பின்னுக்கும் இழுக்க...

தீபக் : தெரியும்..

சைத்து : லவ் பிடிக்காத என்கிட்ட லவ் பண்ற புள்ளைக்கு
கவிதை கேட்டது உன் தப்பு தானே ?? அவன்
மண்டையை சொரிந்து கொண்டே தலையாட்ட ஆம்
என்று தலையாட்ட...

சைத்து : சும்மா இருந்தவளை கவிதை கேட்டு சொரிந்து
விட்டதால ...லவ் பிடிக்காத நா... உன் லவ்வ பிரிச்சு
விட்டதுல எந்த தப்பு இல்லையே??
இவன் சுத்தமாக குழம்பி விட்டான்...

தீபக் : கரெக்ட் சைத்ரா , உன்கிட்ட கவிதை எழுதி
சொல்லி கேட்டது என் தப்பு தான் , நான் வேற
யார்கிட்டயாவது கேட்டுக்குறேன், வரேன்...

சைத்து : டேய் அது எதுக்கு ?அதுல தான் எழுதியாச்சே
?புதுசா வேற கிரீட்டிங் கார்டு வாங்கி எடுத்துட்டு போ..

தீனா : சரி இப்போ இது என்ன பண்றது?

சைத்து : என் கிட்ட குடுத்துட்டு போ என அந்த கார்டை
வாங்கி அவனை அனுப்பி வைத்தாள்..

வர்ஷினி :ஏண்டி அவன அப்படியே விட்டுட்ட வேற கார்டு
வாங்கி எழுதி அவளை சமாதானப்படுத்திட்டா???

சைத்து : அது எப்படி முடியும் ???

கார்த்திக் : ஏன் முடியாது ???

சைத்து : நான் தான் இந்த கார்ட ரோஸ் அப்பாவுக்கு அனுப்பி வச்சிருவேனே வித் தீபக் டிடெயில்ஸ் ஓட என்று சிரித்துக் கொண்டே சொன்னாள் ...
அதில் குஷியாகி அவளை அணைத்துக் கொண்டனர் அவளின் நண்பர்கள்...

இதைப் பார்த்து இருந்த அர்ஜுன் மற்றும் அபி அடிபதகத்தி என்ற ரீதியில் வாயை பொத்தி ஒருவரை ஒருவர் பார்த்துக் கொண்டனர்.

கார்த்திக் : சரி அப்படி என்னதான் எழுதி இருந்த அதுல ?

சைத்ரா : அதுவா என்று அவர்கள் முன் நின்று டிஆர் ஸ்டைலில்
"அடியே ரோசு
நீதான் எனக்கு ஏத்த பீசு...
உங்க அப்பன் ஒரு லூசு
நாம ஆகிலாமா கிளோசு...
என் ஏரியால நான்தான் மாசு
என் கூட வந்தா உன் கண்ணுல படாம பார்த்துப்பேன் தூசு....
நீ என்னை என்ன வேணா ஏசு
நீ ஓகே சொன்னா கல்யாணத்துக்கு முன்னாடியே நாம ஆகிலாமா பேரன்சு(parents)...
என்று ஏற்ற இறக்கங்களுடன் சொல்லிக்காட்ட நால்வரும் கொல்லென சிரித்தனர்.

சைத்ரா : இன்னைக்கு ஒரு நாள் சேலை கட்டி இருக்கோமே கொஞ்சம் பொண்ணு மாதிரி அடக்க ஒடுக்கமா இருக்கலாம்னு பார்த்தா விட்டாங்களா பாரு...
சரி இன்னைக்கு சம்பவம் சிறப்பாக முடித்ததால நான் மகிழ்ச்சி ஆயிட்டேன் அதனால என் ஆள் படத்துக்கு நைட்ஷோ போறோம் ஓகேவா ???

கார்த்திக் : மனசாட்சி இல்லாதவளே, இத்தோட அந்த படத்தை நாலு தடவை பார்த்துட்ட... நீ பாக்குறதும் இல்லாம எங்களையும் வேற இழுத்துட்டு போயிடுற... நீ வேணா ஒவ்வொரு தடவையும் புதுசா பாக்குற மாதிரி பார்க்கலாம் ,ஆனா என்னால சத்தியமா முடியாது ஆள விடுமா தாயே... எனக்கு நைட் ஒரு முக்கியமான வேலை இருக்கு....

சைத்ரா : அப்படியா ??என்ன வேலை ?என் ஆள் படத்த விட முக்கியம்மா??

கார்த்திக் : எங்க ஆயாக்கு வெத்தலை இடிக்கணும்...

சைத்ரா : ஓ சரி சரி வர்ஷினி இவனுக்கு ஒரு கிரீட்டிங் கார்ட் ரெடி பண்ணு . அதுல இவன் மொத்த குடும்பமும் இவன இடிக்கணும் அதை பார்த்து நான் ரசிக்கணும்...

வர்ஷினி : செம்மையை பண்ணிடலாம் பாப்பா.

கார்த்திக் : இதோ புக் பண்ணிட்டேன் டிக்கெட்டு, உன் ஹீரோ படத்த நாலு தடவை என்ன ,நானூறு தடவை கூட பார்க்கலாம் வா போலாம்..

சைத்து : ம்ம் அது.... ஷோ இப்போ இல்ல மூதேவி நைட்.. இப்போ உனக்கு இன்னொரு முக்கியமான வேலை இருக்கு...
அதுக்கு முன்னாடி என் ஹீரோ எங்க? ஆளையே காணோம் ?

வர்ஷினி : அவங்க எவ்வளவு நேரம் இருப்பாங்க பங்க்ஷன் முடிஞ்சதுன்னு கிளம்பி இருப்பாங்க.

சைத்து : அந்த தவளைவாயன் வாழ்க்கையிலே உருப்படியா பண்ண விஷயம் இதுதானு நினைச்சு

சந்தோசப்பட்டேன்... அதையும் அந்த நாயி ஒழுங்கா செய்யல ஒரு ஒருமணி நேரம் உட்கார வச்சி இருக்க கூடாது...

கார்த்திக் : அத விடு ஏதோ முக்கியமான விஷயம் நான் செய்யணும்னு சொன்னியே என்னது அது?

சைத்து : பெருசா ஒன்னும் இல்லடா எப்போவும் போல இந்த கார்ட சேர்க்கவேண்டிய இடத்தில் சேர்கிறது தான்...

கார்த்தி : உங்களுக்கு வாலா சுத்திக்கிட்டு இருக்க பாவத்துக்கு எனக்கு வாழ்க்கையே இல்லாமல் பண்ணிடுவிங்க போலயே.. போன மாசம் நடந்தது ஞாபகம் இருக்கா? இன்னொருத்தன் லெட்டரை கொடுக்க போகும் போது நான்தான் அந்த பொண்ணுக்கு லெட்டர் குடுக்குறேன்னு , அவ அப்பா என்ன கும்மி எடுத்துட்டாரு. அதை என் டாவு வேற பார்த்துட்டா ,எனக்கு ஒரே பப்பி செமா போயிடுச்சு, என்னால முடியாது...

சைத்து : இந்தா இதோட சேர்த்து இதையும் கொடு உன்னை அடிக்க மாட்டாங்க என்று தீனாவின் ஐடி கார்டை கொடுக்க .

கார்த்தி : இது எப்போ கழட்டின?

சைத்து :ஐடி கார்டை பிடிச்சு அடிக்கும் போதே கழட்டிட்டேன்.

வர்ஷினி : அவன் கண்டு பிடிக்கலையா?

சைத்து : அதோ அங்க தரையில தேடிட்டு இருக்கான் பாரு என்று கீழே தேடிகிட்டு இருந்த தீனாவை காட்ட, இருவரும் சிரித்தனர் .
பின் கார்த்திக் கிளம்பிவிட,

சைத்து : வர்ஷினி ஜ்ஸ் வாங்கிட்டு வா நான் போய் நம்ம கார்னர் டேபிள்ள இருக்கேன் என்று அவர்கள் வழக்கமாக மறைவாய் அமரும் இடம் நோக்கி நடந்தாள்.

அபி : டேய் மொதல்ல உன்னையே திரும்பி பாக்க வச்ச பொண்ணாணு நெனச்சேன், ஆனா இப்போ தான் புரியுது இந்த பொண்ண நீ திரும்பி பார்த்ததுல எந்த ஆச்சரியமும் இல்லை "

அர்ஜுன் : ஆமால்ல , சரி என் ரெளடி ஜ்ஸ் கேட்டா நான் போய் வாங்கி கொடுக்கிறேன்.

அபி : அவ உன்கிட்ட கேட்கல ,அந்த பொண்ணு கிட்ட கேட்டா .

அர்ஜுன் : ஏ ரவுடிக்கு நான்தான் வாங்கி கொடுப்பேன் என்று பள்ளி சிறுவனாய் துள்ளி குதித்து ஓட.

அபி : தனியா விட்டுட்டு போகாதடா.. வரமாட்டேன்னு சொன்னவன வம்படியா இழுத்துட்டு வந்துட்டு கழட்டிவிட்டு போறானே, வார்த்தைக்கு வார்த்தை என் ரவுடியாம் ,கேட்டா பிரண்டாம் என்று நொந்து கொண்டே திரும்பியவன். ஜ்ஸ் வாங்கிவந்த வர்ஷினி மேல் மோதி விட .

அதில் அவன் இதழ்கள் அவள் கன்னத்தில் பட்டு விட்டது .அதில் அதிர்ந்து "அடி ஆத்தி ,இது அந்த ரவுடி பொண்ணோட ரைட் ஹேன்ட் (right-hand)ஆச்சே இன்னைக்கு அறை கன்ஃபார்ம்" என்று அவன் பீதியில் நிற்க .

வர்ஷினி : கண்ண என்ன பின்னாடியா வச்சிருக்கீங்க ? பார்த்து வர மாட்டீங்க? எவ்வளவு தைரியம் இருந்தா

இப்படி பண்ணி இருப்பீங்க ?? இதோட
சீரியஸ்நேஸ்(seriousness) புரியுதா உங்களுக்கு ?எருமை
மாட்டுல மழை பெஞ்ச மாதிரி நிக்கிறீங்க?
இப்போ பண்ண தப்புக்கு நீங்கதான் பிராயச்சித்தம்
தேடனும், என்ன பண்ணுவீங்களோ தெரியாது அது
எனக்கு திரும்ப வேணும் என்று கத்த .

அபியோ" என்ன இவ பிராயச்சித்தன்கிறா திரும்ப
வேணுங்றா ? ஒண்ணுமே புரியலையே... ஒருவேளை ஒரு
தடவை முட்டுனா கொம்பு முளைக்கும்னு இன்னொரு
தடவ முட்டுற மாதிரி இருக்குமோ?
ஆசைப்பட்டு கேட்கிறாள் குடுத்துட்டு இடத்தைக் காலி
பண்ணுவோம் .... என்று அவள் கன்னத்தில் அழுத்தமாக
ஒரு இச்சு வைக்க அடுத்த நொடி அவன் கன்னத்தை
பிடித்து நின்றிருந்தான், அவள் அடித்ததில் .

வர்ஷினி : இடியட் , நான் சொன்னது அத என்று அவன்
இடித்ததில் கீழே கொட்டி இருந்த ஐஸ்கிரீமை கை
காட்டினாள்.

அதை பார்த்த அபி "அடி சண்டாளி இத அப்பவே ஐஸ்னு
தெளிவா சொல்லி இருந்திருந்தா .அறை வாங்கி இருக்க
வேண்டிய அவசியம் வந்திருக்காது இல்லை, அதுசரி அவ
இதைத்தான் சொல்லியிருக்கா. நம்ம புத்தி தான்
என்னைக்கும் இல்லாம இன்னைக்கு இல்லாத யோசிச்சு
அவ கிட்ட அறை வாங்கி நிக்குது என நினைத்திருந்தான்.

வர்ஷினி : என்ன கோயில் மாடு மாதிரி முழிக்கிற போ
போய் புதுசா வாங்கிட்டு வா" எனகவும் அவனும் தன்
விதியை நொந்துகொண்டு வாங்கி தந்தான்.

இரண்டில் ஒன்றை அவன் கையில் திணித்தாள் அபி
எதற்கு என்பதைப்போல் பார்க்க.

வர்ஷினி : சும்மா சாப்பிடுங்க டாக்டர் சளி எல்லாம்
பிடிக்காது என்று நகர்ந்தாள்.

மாடு கணக்காய் மண்டையை ஆட்டியவன் மண்டையில்
அவள் டாக்டர் என்றது உரைக்க நா டாக்டர் என்று
இவளுக்கு எப்படித் தெரியும் என்று தன் மருத்துவ
மூளையை கசக்கி கொண்டே
பார்த்திருந்தான். ஆரஞ்சுவண்ண சேலையில்
தேவதையாய் சென்றவளை.

வர்ஷினியோ தன் கன்னத்தை பிடித்தபடி
வெட்கச்சிரிப்புடன் நகர்ந்தாள்.
ஊசிக்கு பயப்படுபவளை ரத்த தானம் அளிக்க இழுத்துச்
சென்றாள் சைத்து .அங்கு வெள்ளை டாக்டர் கோட்
போட்டு குழந்தைகளுடன் குழந்தையாக விளையாடிக்
கொண்டிருந்தவனின் முகம் பச்சக்கென்று ஒட்டிக்
கொண்டது மனதில். அவனை அவள் ஆ என்று பார்த்த
கேப்பில் எடுத்துவிட்டார்கள் ரத்தத்தை.
அதன்பின் ரத்தத்தை எடுத்துக் கொள்ளுங்கள் என்று
மாதத்திற்கு ஒருமுறை வந்து உயிரை எடுப்பவளை
மல்லுக்கட்டி அனுப்பி வைப்பர் மருத்துவர்கள் , அன்று
முதல் இரு வருடமாய் கண்ணாலே காதல் செய்து
வருகிறாள் தூரத்திலிருந்தே , ஆனால் அபிக்கோ இப்படி
ஒருத்தி தன் பின்னால் சுற்றுகிறாள் என்பதே தெரியாது.
ஆனால் அவளிற்கோ அவனின் ஷூ சைஸ் வரை
தெரியும் அவன் அர்ஜுனனின் நண்பன் என்பது
முதற்கொண்டு . இப்போது அவள் அவனை
இங்கே எதிர்பார்க்க வில்லை என்பதே உண்மை .

இவளின் காதல் காவியத்தை சைத்துவும் அறிவாள்
ஆனால் அவளே வந்து கூறட்டும் என்று காத்திருக்கிறாள்.
வர்ஷினிக்கோ சைத்துவிடம் கூறினால் கடத்தி வந்து
கட்டி வைத்து விடுவாள் அதற்கு முன் இவள் அவனிடம்

நேராக சந்தித்து பேச வேண்டும் அல்லவா. பேசி பழக வேண்டும் என்று நினைத்தாள் .

இதோ இப்போது நடந்ததை நினைத்து ஆனந்த கண்ணீருடன் அவன் வாங்கித்தந்ததை சுவைத்துக் கொண்டிருக்கிறாள்.

இங்கு அர்ஜுனோ குனிந்த தலை நிமிராமல் போனை நோண்டிகொண்டே சென்றவள் முன் சென்று நின்றான் .

அவனின் மேல் இவள் பொத்தென்று மோதி நிற்க அப்போதும் அம்மணி நிமிர்ந்து பார்க்கவில்லை "எவன்டா அவன் போற வழியில செவத்த கட்டி வச்சது என்று யு டர்ன் (U Turn) போட்டு செல்ல இவனோ தலையில் அடிக்காத குறையாய் அவள் பின் சென்றான். அவள் மூளையிலுள்ள டேபிளில் அமர.

இவனும் அவள் பக்கத்தில் சிறிது பின்னாடி சென்று அமர்ந்தான்
சைத்ரா "ஏய் வர்ஷினி வந்துட்டியா ஐஸ் எங்க ?என்று போனில் இருந்து பார்வையை விலக்காமலே கேட்க இவனும் ஐசை அவளிடம் நீட்டினான் வாங்கிக் கொண்டு "செல்லமே" என்று திரும்பாமலே அவன் கன்னத்தை கிள்ளினாள்...

சைத்ரா: "என்னடி மூஞ்சில முடி இருக்கு" என்று சொல்லிக்கொண்டே திரும்பியவளின் அதிர்ச்சியில் விரிந்த முட்டை விழிகளை கண்டவனுக்கு சிரிப்பு தாளவில்லை அதை அடக்கிக்கொண்டு.

அர்ஜுன் : என்ன ரவுடி அப்படி பாக்குற

சைத்து : அர்ஜ் அர்ஜ்...

அர்ஜுன் : அர்ஜ் அர்ஜ் இல்லடா அர்ஜுன் சொல்லு அர்ஜுன் என்று அவளின் பிட்டை அவளுக்கே போட .

சைத்து: சரி நீங்க இங்க எப்படி ? போயிட்டீங்கனு நினைச்சேன்.

அர்ஜுன் : என்ன ரவுடி மரியாதை எல்லாம் பலமா இருக்கு, லிப்ட்ல டா போட்டு தானே கூப்பிட்ட? ,ஐயோ மறந்துட்டேன் நம்ம ரெண்டு பேரும் தான் ரொம்ப க்ளோஸ் ஆச்சே.. உன்கிட்ட நான் பொட்டி பாம்பா அடங்கிருவேன், உன்கிட்ட கேட்டு தான் எல்லாத்தையுமே செய்வேன் இல்ல என்று கோபமாய் இருப்பது போல் காட்டிக் கொள்ள..

அவள் அரண்டு தான் விட்டாள் "ஐயோ சொல்லிக்காட்டுறானே, சொல்லிக்காட்டுறானே இப்ப நான் என்ன செய்வேன்?? கடவுளே உன் பிள்ளையை காப்பாத்துப்பா என்று மனதில் கதறிக் கொண்டிருந்தாள் .

அர்ஜுன் : சரி இதுக்கெல்லாம் உன்னை என்ன பண்ணலாம்னு நீயே சொல்லு... மேடையிலே உன்ன ஏதாச்சு பண்ணிருக்கணும் .சரி பார்க்க பாவமாக மூஞ்சி வச்சிருந்தியா அதான் விட்டேன் ஆனா இப்ப விட முடியாது ...சொல்லு என்ன பண்ணலாம் ?

சைத்து : ஐயோ அச்சுமா ச்சீ சேர் ,நான் ரொம்ப குட் கேர்ள் சார் ,அப்போ நீங்க யாருன்னு தெரியாம பண்ணிட்டேன் மத்தப்படி நான் ரொம்ப அமைதியான பொண்ணு ,பெரிய மனசு பண்ணி என்னை மன்னிச்சு விட்டுடுங்க சார் ப்ளீஸ் என்று பாவமாய் முகத்தை வைத்து பேச.

அர்ஜுன் : யாரு நீ அமைதியான பொண்ணா இதை நான் நம்ப...

சைத்து : நம்புங்க சார்.. நம்பிக்கை அதானே எல்லாம்...

அர்ஜுன் : அது சரி இன்னும் எவ்வளவு நேரம் என் கன்னத்தை பிடித்து பேசிட்டிருக்கதா உத்தேசம்?

அப்போதுதான் அவள் உணர்ந்தாள் இன்னும் அவன் கன்னத்தை பிடித்த கையை எடுக்கவில்லை என அசடு வழிந்து சிரித்துக்கொண்டே கையை எடுத்தாள். அதில் வெட்கமும் கலந்து இருந்ததோ அவளே அறிவாள்..

அர்ஜுன் : சரி நீ சொல்ற மாதிரி உன்னை மன்னிச்சு விடுறேன் ,ஆனா ஒரு கண்டிஷன் என்று அவளை முறைத்துக் கொண்டே சொன்னவனை பார்த்து அதிர்ந்து பயந்துகொண்டே என்ன என்பதை போல் பார்க்க .

அவன் அதே முறைப்பை மாற்றாமல்" நீ என் ஃப்ரெண்டா கடைசி வரைக்கும் கூட இருக்கணும், எப்படி உன் ஃப்ரெண்ட்ஸ் கிட்ட உரிமையா இருக்கியோ ,என்கிட்ட லிஃப்ட்ல எப்படி நடந்து கொண்டாயோ அப்படியே இருக்கணும்.. முடியுமா?" என்றான்.

"அவ்ளோதானா" என்றவளுக்கு அவன் கூறியது புரிபடவே சில நிமிடங்கள் ஆனது புரிந்தபின் துள்ளி குதிக்க ஆரம்பித்துவிட்டாள்.

சைத்து : நான் உங்க ஃப்ரெண்டா? உங்க கூடவே இருக்கணுமா? என்று துள்ளிக் குதித்தவளைப் மலர்ந்த முகத்துடன் முத்துபல் சிரிப்புடனே பார்த்திருந்தான் .

அப்போது அங்கு டிஜே(DJ) பாடல் பிளே(play) செய்ய .... அதன் ஒவ்வொரு வரியும் அவனுக்கே எழுதியதாய் தோன்றியது. அத்துடன் சேர்த்து அவனவளையும் வெகுவாய் ரசித்திருந்தான்...

"என் மனசுல நேத்து வரைக்கும்
எதுவுமே இல்லை
ஆனா அவ வந்ததுக்கப்புறம்
இப்ப இடமே இல்லை...
வெறுமையா இருந்த நான்
முழுமையான மாதிரி ஒரு நிறைவு...
சுத்திலும் பனியா இருந்தாலும்
மனசு வேர்க்குது...
என்னடா இது புதுசா இருக்குன்னு
சிரிக்கத் தோணுது....
எனக்கு என்ன ஆச்சுன்னு தெரியலை
ஆனா ஏதோ ஆச்சுன்னு
மட்டும் தெரியுது....
அவள மறுபடியும் பாத்தா
அங்கே இருந்துருவேன்
இல்லனா....

என்னென்னெவோ
என்னென்னவோ
என்னென்னவோ
எனக்குள் ஆகுதே...
உள்ளுக்குள்ளே
உள்ளுக்குள்ளே
உள்ளுக்குள்ளே
இதயம் ஏங்குதே...
திசைகள் முழுவதும் பனிமலை
எனக்குள் ஏனடி எரிமலை
கடந்து போனாய் ஒருமுறை
கரைந்து போனேன் பலமுறை
ஒரு நொடியில்
நீ எனை நீ எனை
காற்றென சாய்த்துவிட்டாய்...

ஏதோ மாயம் செய்கிறாய்
ஏதோ மாயம் செய்கிறாய்
ஏதோ மாயம் செய்கிறாய்
ஏதோ மாயம் செய்கிறாய்

யாரோ நீ யாரோ நான்
என்றே நாம் இருந்திடுவோமா
நீயே நான் நானே நீ
ஒன்றாகி இணைந்திடுவோமா
இங்கே நான் இருப்பேனா
உயிர் கொடுப்பேனா
உனைக் காதலிப்பேனா
அன்பாலே ஜெயிப்பேனா
உன்னை மணப்பேனா
யுகம் காத்திருப்பேனா
இதுவும் கடந்து போகுமா
இதயம் கடத்தி போகுமா
உருகுதே உருகுதே மனம்...

(ஏதோ மாயம் செய்கிறாய்..4)

இதே நாள் இதே நாள்
என் வாழ்வில் தொடர்ந்திட வேண்டும்
இதே போல் இதே போல்
உன்னோடு நடந்திட வேண்டும்
நீ வாங்கும் காற்றோடு
நான் காற்றாகி
உயிர் சேர்ந்திட வேண்டும்
நீ தூங்கும் வீட்டோடு
ஓர் சுவராகி
உனைப் பார்த்திட வேண்டும்
இதுவும் கடந்து போகுமா
இதயம் கடத்திப் போகுமா
உருகுதே உருகுதே மனம்...

ஏதோ மாயம் செய்கிறாய்
ஏதோ மாயம் செய்கிறாய்
ஏதோ மாயம் செய்கிறாய்
ஏதோ மாயம் செய்கிறாய்...."

ஏதோ மாயம் செய்கிறாய் என்று அவளைப் பார்த்தவாறு
வாய்விட்டே கூறிவிட்டான் கடைசி வரிகளை...

பகுதி - 6

சைத்து : ஐயோ எனக்கு ஜாலியா இருக்கே நான் என்ன பண்ணுவேன்? யார் கிட்ட போய் சொல்லுவேன் ??

அர்ஜுன் : போதும், போதும், உன்னுடைய எக்சைட்மென்ட் (excitement) .உன்கிட்ட பிடிச்சதே, உன் எதார்த்தம் தான் . யார் நம்மள பத்தி என்ன நினைப்பாங்க என்று யோசிக்காம . எல்லா இடத்திலும் ஒரே மாதிரி, நீ... நீயா.. இருப்பல அதுதான். என்கிட்டயும் கேஷுவலா இரு..நானும் மனுஷன் தான் மா...

அதன் பின் இருவரும் நிறைய பேசிக் கொண்டனர் . போதும் போதும் என்ற அளவிற்கு .

ஒரு சின்ன திருத்தம்... சைத்து பேசினாள், அர்ஜுன் ஆர்வமாய் கேட்டுக் கொண்டான். அவர்கள் பேசிய அரைமணிநேரத்தில் அவள் வீட்டு அட்ரஸில் இருந்து அவர்கள் அப்பார்ட்மெண்ட் வாட்ச்மேன் அட்ரஸ் வரை அவன் வசம்.

அதன்பின் நாட்கள் நிமிடங்களாய் கடக்க...

இப்பொழுதெல்லாம் அவர்கள் துணையின் குட் மார்னிங் , குட் நைட் இன்றி நாள் நிறைவதில்லை இருவருக்கும்.

சைத்துவிற்கு அவன் "அச்சு மா "ஆகவும், அர்ஜுனிற்கு அவள் "தீரா மற்றும் ரவுடியாகி "போனாள்... அவள் அட்டூழியங்கள் சொல்லிமாளாது, அவளின் சேட்டைகளில் இவனை இழுத்துக் கொள்வது , முகத்தை மறைத்துக் கொண்டு அவளுடன் ஊர் சுற்றுவது , மணி கணக்கில்லாமல் மொபைலில் கடலை வறுப்பது ,

ரோட்டோரம் கடைகளில் பானி பூரி வாங்கி தந்து சாப்பிட
சொல்லி படுத்துவது ,
அந்த நாளின் முடிவில் நடந்தது எல்லாம் ஒன்றுவிடாமல்
ஒப்பிப்பது,

அவனை அவன் படத்திற்கே இழுத்து கொண்டு போவது
என அவள் ஆட்டம் எண்ணிலடங்காதது.

அவனும் அவளுடன் இருக்கும் ஒவ்வொரு நொடியையும்
ரசித்து அனுபவித்தான்.
அப்படித்தான் ஒருமுறை அவனையும் அவளின்
வானரப்படைகளையும் இழுத்துக்கொண்டு தியேட்டர்
சென்றிருந்தாள்..

  சைத்து : கார்த்தி டிக்கெட் எங்க ?

கார்த்திக் : வர்ஷினி ரிசர்வ் பண்றேன்னு சொன்னா...

வர்ஷினி : சாரிடி டேட்டா பேலன்ஸ் (data balance)
முடிஞ்சிருச்சு இங்க வந்து வாங்கிக்கலாம் னு
விட்டுட்டேன்..

சைத்து : லூசு பயலையும் , லூச்சா பயலையும் கூட
வச்சிருக்கது எவ்வளவு பெரிய தப்புன்னு இப்பதான்
புரியுது என வடிவேலு பாணியில் கூறியவள் "அபி
டிக்கெட் போன்ல புக் பண்ணு "

அபி. : இங்க ரிசர்வேஷன் (reservation) ஃபுல் ஆயிடுச்சு...

சைத்து : டேய் என்ன விளையாடுறீங்களா எனக்கு
தெரியாது. எனக்கு இப்பவே டிக்கெட் வேணும். கார்த்தி
போ போய் வாங்கிட்டு வா..

கார்த்தி : உனக்கு என்ன பாத்தா காமெடியா தெரியுதா ? போன தடவை கூட்டதுக்குள்ள போய் குறுக்குல மிதிவாங்கிட்டு வந்ததை நான் இன்னும் மறக்கல.. என்னால முடியாது நீ போ..

அர்ஜுன் : தீரா மேனேஜர்கிட்ட சொல்லி தனி தியேட்டரில் அரேஞ்ச் பண்ண சொல்றேன். நம்ம அஞ்சு பேரு மட்டும் பார்க்கலாம் ஓகேவா ?ஹாப்பியா ?

கார்த்திக் : அட என்னங்க நீங்க வேற, சின்னப்புள்ளத்தனமா பேசிகிட்டு இருக்கீங்க... அவ தனியா பார்க்கனுனா ஹோம் தியேட்டரில் பார்க்க மாட்டாளா? எதுக்கு என் உயிர் எடுத்து இங்க கூட்டிட்டு வந்து பாக்கணும்?

சைத்து முறைக்கவும்....
கார்த்தி : இல்ல உயிரைக் கொடுத்து இங்க வந்து பாக்கணும்னு கேக்க வந்தேன் . ஸ்லீப் ஆப் த டங் (Slip of The Tongue)

வர்ஷினி : உன் இங்கிலீஷ்ல தீய வைக்க...

கார்த்திக் : டாங்கிக்கு(Donkey) தெரியுமா காம்போர் (Camphor) ஸ்மெல்லு (Smell)

வர்ஷினி : இந்த கருமத்துக்கு ஏதாவது கேவலமான அர்த்தம் வைச்சு இருப்பே அதையும் நீயே சொல்லு...

கார்த்திக் : கழுதைக்குத்தெரியுமா கற்பூரவாசம்னு இங்கிலீஷ்ல சொன்னேன். உனக்கு இங்கிலீஷ் தெரியாதா ?? ∴பண்ணி கேர்ள் (Funny Girl)

வர்ஷினி : சைத்து இவன சும்மா இருக்க சொல்லு ,இல்ல நான் என்ன பண்ணுவேன்னு எனக்கே தெரியாது...

சைத்து : டேய் இங்க வா என்று
அவன் முடியை பிடித்து மாவாட்டியவள் எப்போதும் யார்
டிக்கெட் புக் பண்ணுவா ? அப்படி என்ன கலட்டுர வேலை
உனக்கு? அவளை பண்ண சொன்ன?

கார்த்தி : ஆயாவுக்கு முதுகு சொறிஞ்சு விட்டுட்டு
இருந்தேன் ...கை பிசியா இருந்துச்சு அதான்...

சைத்து : உன்ன சாகடிக்கிறதுக்கு முன்னாடி அந்த
கிழவிய போட்டு தள்ளனும் .அப்ப தான் எனக்கு நிம்மதி ,
போ போய் கேண்டீன்ல ஸ்நாக்ஸ் வாங்கிட்டு வா
அப்படியே அபிய கூட கூட்டிட்டு போ"என்று அர்ஜுனிடம்
திரும்பியவள் "அச்சு ****அந்த படத்துல நீ டிக்கெட்
வாங்குவதற்காக ஒவ்வொருத்தர் மேலயும் ஏறி
போவீங்கள??
அர்ஜுன் பயந்துகொண்டே "ஆமா அதுக்கு "என்று இழுக்க...

சைத்து : இப்போ என் பட்டு குட்டி அதே மாதிரி டிக்கெட்
வாங்கிட்டு வருவாராம், நாம ஜாலியா படத்துக்கு
போவோமாம்... எப்படி??

அர்ஜுன் : நானா ??நா எப்பிடி. தீரா தீரா அடியே....

அபி : அவ போய் அரை மணி நேரம் ஆச்சு, எதுக்கு
எனர்ஜிய வேஸ்ட் பண்ற ?

அர்ஜுன் : அபி நீனா எனக்கு ரொம்ப பிடிக்கும் தெரியுமா
???

அர்ஜுன் : எனக்கே விபூதி அடிக்க பார்க்கிறல்ல நீ...
நீ எவ்வளோ பெரிய நடிகன் என்று உலகத்துக்கே தெரியும்
போ ,போய் உன் ரவுடி சொன்ன டிக்கெட் வாங்கிட்டு வா
போ

என்று அவனை முன்னுக்கு கூட்டத்தினுள் தள்ளிவிட்டான்
...

அவன் சிக்கி சீரழிந்து பிதுங்கிய தக்காளி பழம் போல்
டிக்கெட்டுடன் வெளிவந்தான்...

அர்ஜுன் : ஐயோ அம்மா மூச்சு விட முடியலயே..
எப்படித்தான் எல்லாரும் டிக்கெட் வாங்குகிறார்களோ
தெரியல" புலம்பிக் கொண்டிருக்க .
அவளோ அவன் கையிலிருந்த டிக்கெட்டை
பறித்துக்கொண்டு அவனை சட்டை செய்யாமல் உள்ளே
சென்றுவிட்டாள்
"அடியே நில்லுடி , நானும் வரேன் என்று அவனும்
அவளை பின்தொடர்ந்தான்.

அனைவரும் சென்று அமர்ந்தனர் கார்த்திக், சைத்து,
அர்ஜுன் ,வர்ஷினி, அபி என்று வரிசையாய்
உட்கார்ந்தனர்...

படம் ஆரம்பித்ததும் போதும் இவள் எந்திரித்து ஆடியதும்
போதும்..

பேப்பரை கிழித்து , விசிலடித்து ஆடி கொண்டிருந்தனர்
கார்த்திக்கும் சைத்துவும் ...வர்ஷினி பேப்பரை கிழித்து
அவர்களுக்கு சப்ளை செய்து கொண்டிருந்தாள்...
ஆண்கள் இருவரும் இவர்களின் அட்டகாசங்களை
ரசித்துக் பார்த்து கொண்டிருந்தனர்..
பின் அவர்களே டயர்டாகி அமர்ந்தனர்

அவள் படத்தை ரசிக்க, இவன் இரண்டு காலையும் சீட்டின்
மீது வைத்து மடியில் பாப்கார்னை வைத்துக் கொண்டு
உட்கார்ந்து இருந்தவளை ரசித்திருந்தான்..

சைத்து முன் சீட்டில் உள்ளவரிடம் "யோவ் சொட்ட ஒழுங்கா ஒக்கார மாட்டியா ? நானும் பார்த்துகிட்டே இருக்கேன் கொய்யால பாம்பு மாதிரி நெளிஞ்சிகிட்டே இருக்க பின்னாடி உள்ளவங்களா படம் பார்க்க வேண்டாமா ? ஒழுங்கா ஆடாம உக்காருயா....

கார்த்தி : எந்த நாய் அது அப்படி உட்கார்ந்து இருக்கது? சொல்லு அவனை புரட்டு புரட்டுனு புரட்டி எடுத்தர்றேன்..

சைத்து : உன் அப்பா தான் டா , போய் புரட்டி எடு உன்னால முடியும்...

கார்த்தி : எதேய் , அய்யோ அப்பா

அவன் அப்பா : வீட்டுக்கு வா சோத்துல வெசத்த வைக்கிறேன்...என்று விட்டு எழுந்து சென்று விட்டார்

கார்த்தி : அடி கொலைகாரி நீ நல்ல இருப்பியா

சைத்து : ஹப்பா அவர் எந்திரிச்சு போன உடனே இப்போ நல்லா தெரியுது படம்...மூடிட்டு படத்த பாரு டா வெண்ண...

எல்லாரும் இதை பார்த்து வயிறு வலிக்க சிரித்தனர்...

கொஞ்ச நேரத்தில் அர்ஜுன் " இப்போ ஒரு லவ் சீன்ஸ் வருமே ,அப்போ என்ன பண்ணுவா ?கீழ குனிஞ்சு வெட்கப்படுவாளா?? இல்ல என்னை திரும்பி பார்ப்பாளா ?? எப்படி ரியாக்ட் பண்ணுவா?? நினைத்துக்கொண்டே அவளைத் திரும்பிப் பார்க்க...
ஊரில் உள்ள பூச்சி எல்லாம் உள்ளே போய் வரும் அளவிற்கு வாயை பிளந்து பார்த்து இருந்தாள் அந்த முத்தக்காட்சியை..
அதில் இவனுக்கு தான் வெட்கம் வந்து தொலைத்தது ...

அவனின் மனசாட்சி "அவளைப்பற்றி தெரிந்தும் ,
இதையெல்லாம் நீ அவகிட்ட எதிர்பார்த்தா இப்படித்தான்
நடக்கும்" என்று காறித் துப்பியது

இங்கு தன்னவனை பக்கத்தில் வைத்துக் கொண்டு
திரையை நோக்க முடியாமல் தவித்திருந்தாள்
வர்ஷினி...அந்த காட்சியை பார்த்த உடன் அபிக்கு அவளை
அன்று முத்தமிட்டது நினைவு வர திரும்பிப்பார்த்தான்...
பார்த்தவன் கண்டது சிவந்து போய் தரையில்
சில்லறையை தேடிக்கொண்டிருந்த வர்ஷியை தான்...

அவளை ரசித்து பார்த்த அவன் உணர்ந்து கொண்டான் .
அவள் மேல் உள்ள ஈர்ப்பை, ஆயிரம் பெண்களை
பார்வையில் தள்ளிவைத்தவன் இதழ் தீண்டியது
என்னவோ இவள் ஒருவளைதானே...

நடுங்கும் அவள் கையை பற்றியவன்.
அவள் கண்களைப் பார்த்து " ஆசையாக இருக்கு
"என்றான்...

வர்ஷினி அச்சத்துடன் "என்ன என்ன ஆசையா இருக்கு
"என்க

அபி : சாகுற வரைக்கும் உன் கையை இப்படியே புடிச்சி
இருக்க ஆசையா இருக்கு... இதுவரை என் வாழ்க்கையில
எதுக்கும் நான் ஆசைப்பட்டது கிடையாது முதல்
முறையா உன் மேல் ஆசை வந்திருக்கு .
எப்போதும் என் கூட நீ வேணும்னு ஆசையா இருக்கு...
என் ஆசையை நிறைவேத்துவியா வரு ??வர்ஷினி க்கு
உலகமே கையில் சுழல்வதை போல் இருந்தது..
ஆனந்த கதறலுடன் அவளவனை அணைத்துக்
கொண்டாள்...

இங்கு அர்ஜுன் : ஏன் டி இப்படி பாக்குற கூச்சமா
இல்லையா??

சைத்து : நடிச்சிருக்க நீங்கதானே கூச்சப்படனும்??
நான் ஏன் கூச்சப்படனும் ?? ஆனால் அந்த ஹீரோயின்
ரொம்பத்தான் அழகா இருக்கா இதில் பொறாமை
கலந்திருந்ததோ....

இவர்களைப் பார்த்து தனித்துவிடப்பட்ட கார்த்தி
"அனாதையா நானு" என்று புலம்பிக் கொண்டிருந்தான்...
இப்படி அபி வர்ஷினியின் சொல்லிய காதலும்...
அர்ஜுன் சைத்துவின் சொல்லாத காதலும் செழிப்பாய்
வளர்ந்து கொண்டே சென்றது. நாட்கள் யாருக்காவும்
நிற்கவில்லை.... எல்லாத்துக்கும் ஒரு முடிவு இருக்கும்
அல்லவா அந்த நாளும் வந்தது....

அர்ஜுன் ஷூட்டிங்கில் இருக்கும் பொழுது அழைப்பு
வந்தது அவனின் ரவுடியிடம் இருந்து சிரிப்புடன் காதில்
வைத்தவன்...
"சொல்லு ரவுடி "மறுமுனையில் "நான் இங்க வடபழனி
கிட்ட இருந்து பேசுறேன் சார் . இந்த பொண்ணுக்கு
ஆக்சிடென்ட் ஆயிடுச்சு VMC ஹாஸ்பிடல்ல
சேர்த்திருக்காங்க. பெருசா ஒன்னும் இல்ல சின்ன
மயக்கம்தான் , ஹலோ ஹலோ சார் என்க...

அவன் எங்கே இருக்கிறான் ஆக்சிடென்ட், ஹாஸ்பிடல்
என்றதுமே வைத்து விட்டு புயல் வேகத்தில் காரை
கிளப்பிக் கொண்டு சென்று கொண்டிருக்கிறான்....

கண் மண் தெரியாமல் ஓட்டிக் கொண்டிருந்தவன்
கண்களின் கண்ணீர் அவன் கன்னத்தை நனைத்தது....

அவள் இல்லாத ஒரு வாழ்க்கை என்று யோசிக்கும்
பொழுது மனமோ மறுநிமிடமே மரணித்துவிடு என்றது...

உணர்ந்து கொண்டான் அவளின்றி அவனின் அணுவும் அசையாது என...

ஓட்டமும் நடையுமாக அறையை கேட்டு உள்ளே சென்று பார்த்தவன் உறைந்து விட்டான்.
அதற்கு காரணமாணவளோ பெட்டில் படுத்து கால்மேல் கால் போட்டுக்கொண்டு "ஏன் சிஸ்டர் காசு தான் நல்ல வாங்குறிங்கள்? பிரஷ் ஜூஸ் போட்டு குடுத்தா தான் என்ன? எனர்ஜி டிரிங்க் தான் பேரு இந்த கருமத்த வாயிலேயே வைக்க முடியல என்று திரும்பியவள் "அடேய் அச்சு பய்யா வா வா" என்க இவனோ ஓடி சென்று காற்று புகாதவண்ணம் அணைத்துக்கொண்டான்....

அர்ஜுன் : உனக்கு ஒன்னும் இல்லடி ? என் உயிரே போயிடுச்சு...

சைத்து : ஆட்டோகாரன் கிறுக்கு மாதிரி வந்து முட்டிட்டான்... நான் கீழே விழுந்து மயங்கிவிட்டேன் அவ்வளவுதான் வேற ஒரு பிரச்சனையும் இல்லை என்று அவனை தேற்றி கொண்டிருந்தாள்...
அவளின் நிலையை தலை முதல் கால் வரை ஆராய்ந்து பார்த்த பிறகு தான் அமைதியானான்...

அன்று இரவு

அபி : இப்போ எப்படி இருக்குடா சைத்துமாக்கு ?

அர்ஜுன் : சாதாரண மயக்கம் தாண்டா ஒரு பிரச்சனையும் இல்லைனு டாக்டர் சொல்லிட்டாங்க... நான் துடித்து போய் அங்க போய் பார்த்தா அவ
காலடிகிட்டு ஹாஸ்பிடல்ல ஜூஸ் இல்லையானு கேட்டு இருக்கா டா

அபி : ஹா ஹா ஹா அவளல மட்டும் தான் டா எல்லா சுவிட்ச்வேஷன்லயும் (situation) ஜாலியா இருக்க முடியும்...

அர்ஜுன் : கரெக்ட்... என்ன பொண்ணு டா

அபி : ஏன்டா அறிவு கெட்டவனே, நீ பாட்டுக்கு இவ்வளவு வேகமா போய் இருக்க ...
காட்ஸ் (guards) யும் கூட்டிட்டு போகல... கூட்டம் ஆகி ஏதும் பிரச்சனை என்றால் என்ன பண்ணிருப்ப ??

அர்ஜுன் : அப்போ அவளை தவிர வேறு எதுவும் என் மைண்ட்ல இல்லடா..அவ கிட்ட போனும்னு மட்டும் தான் எனக்கு தோணுச்சு...
அந்த போன் கால இப்ப நினைச்சா கூட மனசு நடுங்குது...
இதுவும் நல்லதுதான் அவ இல்லேன்னா நான் இல்லைன்னு புரிஞ்சுக்கிட்டேன்...
என் உயிரே அவதானு நல்லா புரிஞ்சுகிட்டேன்...

அபி : அர்ஜுன் நீ ஏதோ சொன்ன அது என் காதுல ராங்கா (wrong) கேட்டுச்சு...

அர்ஜுன் : லூசு ஐ லவ் ஹேர் (I LoveHer) அவள் தான் என் உயிர் ,உலகம் எல்லாமே... அவ இல்லாத ஒரு வாழ்க்கையை என்னால் நினைச்சு கூட பாக்க முடியல டா ...அவ கிட்ட போறதுக்குள்ள என் உயிரே என் கிட்ட இல்ல தான் சொல்லணும் ,என் வாழ்க்கையே அவதான் என்று உலகை வென்ற களிப்புடன் கூறினான்.

ஆனந்த கூச்சலுடன் அவன் நண்பனை அணைத்துக்கொண்டான் அபி .

அபி : எனக்கு அவ்ளோ ஹேப்பியா இருக்கு, என்ன சொல்றதுன்னே தெரியல.

நீங்க ரெண்டு பேரும் ரொம்ப சந்தோஷமா இருக்கனும்,
ஆனால் உனக்கு என்னுடைய ஆழ்ந்த அனுதாபங்கள்
மச்சான் .
நீ என்ன ஆகப் போறியா ??
எவ்ளோ அடி வாங்கினாலும் அவார்டு வாங்கின மாதிரி
சிரிச்சிகிட்டே இரு .
அவளே பாவம் பார்த்து விட்டு வா

அர்ஜுன் : அதாண்டா பயமா இருக்கு...இவள வச்சு எப்படி
காலம் தள்ள போறேனோ ? ஆனா நா முடிவு
பண்ணிட்டேன் மச்சான் .....
எனக்கு அவதான் . எப்படியாச்சும் அவ கை கால்ல
விழுந்தாவது லவ் பண்ண வச்சுருவேன்...

அபி : சரி எப்ப சொல்ல போற ??

அர்ஜுன் : நாளைக்கு

அபி : நாளைக்கே வா?? செமத்தியா வாங்கிட்டு வா...

அர்ஜுன் : டேய் வாய மூடுடா உனக்கு என்ன பா ? ஈசியா
லவ் சக்ஸஸ் ஆயிடுச்சு என்று நண்பர்கள் இருவரும்
பேசி சிரித்துக் கொண்டிருந்தனர்...

அவர்களுக்கு தெரியவில்லை அர்ஜுனின் சிரிப்பு இன்னும்
சில மணி நேரங்களில் ஆட்டம் காணப்போவது...

புலராத காலை வேளை கடலிலிருந்து மேலேழும்பும்
சூரியனை ரசித்து கொண்டிருந்தான் அர்ஜுன்...
கடற்கரையை ஒட்டிய ரெஸ்டாரன்ட் அது . அவனின்
மனம்கவர்ந்தவளுக்காய் காத்திருந்தான்...
யார் போனிலோ ஒலித்துக்கொண்ட பாடல்
அவனவளையே ஞாபகப்படுத்தியது...

"அவள் அள்ளி விட்ட பொய்கள்
நடு நடுவே கொஞ்சம் மெய்கள்
இதழோரம் சிரிப்போடு
கேட்டு கொண்டே நின்றேன்
அவள் நின்று பேசும் ஒரு தருணம்
என் வாழ்வில் சக்கரை நிமிடம்
ஈர்க்கும் விசையை அவளிடம் கண்டேனே

ஒரு மாலை இளவெயில் நேரம்
அழகான இலை உதிர் காலம்...
சற்று தொலைவிலே அவள் முகம் பார்தேன்
அங்கே தொலைந்தவன் நானே...

பார்த்து பழகிய நான்கு தினங்களில்
நடை உடை பாவணை மாற்றி விட்டாய்
சாலை முனைகளில் துரித உணவுகள்
வாங்கி உண்ணும் வாடிக்கை காட்டி விட்டாய்

கூச்சம் கொண்ட தென்றலா..
இவள் ஆயுள் நீண்ட மின்னலா
உனக்கேற்ற ஆளாக
என்னை மாற்றி கொண்டெனே...."

சிரிப்புடன் பலமுறை கேட்ட பாடலை முதல் முறை
கேட்பது போல் ரசித்து கேட்டுக் கொண்டிருந்தான்...

சைத்து வந்தாள் "ரொம்ப நேரம் ஆச்சா அச்சு??

அர்ஜுன் : இல்ல இப்பதான் வந்தேன்

சைத்து : எதோ முக்கியமான விஷயம் பேசணும்னு
சொன்ன?? மிட் நைட்ல (midnight) வேற வர சொல்லி
இருக்க...

அர்ஜுன் : அது சுத்தி வளச்சு பேச விரும்பல தீரா...
நேரடியாவே சொல்லிடுறேன் , (Will You marry Me) நாம
கல்யாணம் பண்ணிக்கலாமா ?நீ இல்லாத ஒரு லைஃப
(life) யோசிச்சு கூட பாக்க முடியல தீரா..
எனக்கு எல்லாமாவும் நீ வேணும்னு தோணுது, நீ தான்
என் உலகம்னு தோணுது, உன் முகத்துல முழிச்சு தான்
என் நாள் தொடங்கனும்னு தோணுது ,உன்ன என்
பக்கத்துலே வச்சி ரசிகணும்னு தோணுது , உன் கை
பிடிச்சிட்டே வாழ்க்கை முடிக்கனும்னு தோணுது , உன்ன
மாதிரி ஒரு வாலு பையன் வேணும்னு தோணுது அவன்
அவள் முகம் பார்க்காமல் பேசிக்கொண்டே போக..

சைத்து : ஷட் அப் (shut up) அர்ஜுன். போதும், இதுக்கு
மேல ஒரு வார்த்த பேசின நா என்ன பண்ணுவேனே
தெரியாது . உன் மேல எவ்ளோ நம்பிக்கை வச்சிருந்தேன்
தெரியுமா ???
வேற யார் இத சொல்லிருந்தலும் நா கவலை பட்டிருக்க
மாட்டேன் .
ஆனா நீ.... எனக்கு பண்ணது நம்பிக்கை துரோகம் அர்ஜுன்
.

உன்ன என் பெஸ்ட் ப்ரெண்ட்ஆ நெனச்சேன் ஆனா நீயும்
எல்லாரையும் மாதிரிதானு காட்டிட்ட...
எல்லா ஆம்பளைகளும் இப்படித்தான் இல்லை ஒரு
பொண்ணு கொஞ்சம் நல்லா க்ளோசா பேசினாலே
லவ்வுன்னு வந்து நிற்க வேண்டியது . அப்போ இதே
நினைப்போடதான் என் கூட பழகிருக்க அப்பிடி தானே??
இப்ப சொல்லுறேன் இனி நமக்கு நடுவுல எந்த ஒரு
விஷயமும் கிடையாது..
இனி உன்ன என் வாழ்க்கையில் பார்க்கக்கூடாதுனு
நெனக்கிறேன்.
உன்ன எவ்ளோ பிடிச்சதோ இப்போ அவ்ளோ பிடிக்கல
அர்ஜுன் .

இனி நான் உன் லைஃப்ல கிடையாது குட் பாய்...என்று
சீற்றம் கொண்டு முகம் சிவக்க கத்தியவள் திரும்பி
நடந்தாள் அவன் கூப்பிடுவதையும் காதில் வாங்காமல்...

பகுதி - 7

"தீரா" என்றபடி திடுக்கிட்டு எழுந்து அமர்ந்தான் அர்ஜூன்....
அது கனவு என்று பிடிபடவே சில நிமிடங்கள் பிடித்தது அவனுக்கு....
முகத்தில் உள்ள வியர்வை முத்துக்களை அழுந்தத் துடைத்து, தண்ணீர் குடித்தவன்."ச்சீ கனவா" என்று தன்னை ஆசுவாசப்படுத்திக் கொள்ள முயன்றான்...

அவன் அவளிடம் போய் அவன் காதலை கூறுவதும் அவன் காதலுக்கு அவனே கொல்லி வைத்துக்கொள்வதும் ஒன்று என்று உணர்ந்து கொண்டான்...

என்ன செய்ய என பல மணி நேரம் யோசித்து ஒரு முடிவுடன் எழுந்து சென்று தயாராக போனவனை தடுத்தது அவன் அலைபேசி அழைப்பு...

அங்கு என்ன சொல்லப்பட்டதோ" சரி ஃபிளைட் டிக்கெட் புக் பண்ணுங்க இன்னும் அரை மணி நேரத்துல நம்ம கிளம்பலாம்" என்று கூறியவன் ."இன்னைக்கு நாளே நல்லா இல்ல" என்று சினம் கொண்டு பக்கத்திலிருந்த டேபிளை உதைத்து தள்ளிவிட்டு அபிக்கு போன் செய்தான்.

" டேய் நான் அர்ஜென்டா (Urgent) ஷூட்டிங் காக பெங்களூர் போறேன் நாளைக்கு ஈவினிங் வந்துடுவேன் அதுவரை கொஞ்சம் பார்த்துக்கோ "

அபி : டேய் என்னடா சொல்ற ??இன்னைக்கு ப்ரொபோஸ் பண்றேன்னு சொன்ன, அரேஞ்ச்மெண்ட்ஸ் கூட பண்ணிட்டேன்னு சொன்னியே... இப்போ பெங்களூர் போறேன்னு சொல்ற என்ன விளையாடுறியா ?

அர்ஜுன் : எனக்கு மட்டும் என்ன ஆசையா?? அங்க ஏதோ
பிரச்சனையாம் அதனால கண்டிப்பா போயே ஆகணும்....
அப்பறம் நா அவளுக்கு பிராபோஸ் பண்ண போறதில்ல...
ஒரு கனவு கண்டேன் டா நான் ப்ரொபோஸ் பண்ண
போய் அவ ரிஜெக்ட் (Reject) பண்ணி விட்டுட்டு போற
மாதிரி....
கண்டிப்பா இப்ப போய் லவ்னு நின்னா அதைத்தான்
பண்ணுவா...
அதனால ஒரு முடிவு எடுத்து இருக்கேன் நேரடியா
அவங்க அப்பா அம்மா கிட்ட போய் பேசிடலாம்னு அவ
கிட்ட பேசினா வேலைக்கே ஆகாது...
அதுக்குதான் கிளம்பினேன் கடைசி நிமிஷத்துல இப்படி
ஆயிடுச்சு...
நாளைக்கு இங்க வந்து இறங்கின உடனே நேரா அங்க
தான் போறோம்...
என்ன நடக்குதுன்னு பார்க்கலாம்...

அபி : சரிடா நீ எதையும் யோசிக்காத பத்திரமா போயிட்டு
வா..இங்க வந்ததும் பார்த்துக்கலாம் என்ற உடன்
அர்ஜுனும் கிளம்பி சென்றுவிட்டான்..

பெங்களுருவுக்கு சென்று அவன் வரும்போது நிலைமை
தலைகீழாய் இருக்கும் என்பதை அவன் அறியவில்லை...

சைத்து வீடு :

"ஆலுமா டோலுமா "பாட்டை போட்டு வீடு அதிர
,குட்டிஸ்களுடன் குத்தாட்டம் போட்டுக் கொண்டிருந்தாள்
சைத்து...

தேவா : அடியே, அறிவு கெட்டவளே இங்க காது கிழியுது
. ஏண்டி, அவ்வளவு சவுண்ட் வச்சிருக்க ?? பாத்தீங்களா
ஒரு பொம்பள புள்ள மாதிரியா நடந்துக்கிறா?? நாளைக்கு

அவ மாமியார் ,புள்ளய என்ன லட்சணமா வளத்து வச்சிருக்கீங்கனு என்னதான் காரி துப்புவாங்க...

ரவீந்திரன் : அடடே தேவா அவ பிறந்த வீட்டில்தான் இப்படி இருக்க முடியும்... அவளுக்கு என்ஜாய் பண்ற வயசு விடுமா... நம்ம பொண்ணு பொறுப்பானவ எங்கிருந்தாலும் பொழச்சுப்பா...

தேவா : நீங்க எப்ப பார்த்தாலும் அவள கொஞ்சிகிட்டு , சப்போர்ட் பண்ணிட்டே இருங்க... இதெல்லாம் எதுல போய் முடியப் போகுதோ ??சரி அவளை கூப்பிட்டு சொல்லுங்க, இப்ப கிளம்பினா தான் கரெக்ட்டா இருக்கும்... நான் காட்டு கத்து கத்தினாலும் கேட்காத மாதிரி தான் இருப்பா.. நீங்களே கூப்பிடுங்க.
உங்க மககிட்ட போராட எனக்கு தெம்பு இல்லை...

ரவி : சரி சரி இரு .குட்டிமா, குட்டிமா என்று அவர் கூப்பிட...
சாதாரண கருப்பு நிற இரவு உடையில் தேவதையாய் படியிறங்கி வந்தவளை எப்பொழுதும்போல் பெற்றவர்கள் இருவரும் மனதிற்கும் ரசித்து , மெச்சிக் கொண்டனர்.

சைத்து : என்னப்பா நாங்க எவ்ளோ பிஸியா இருந்தோம் ஏ எங்கள டிஸ்டர்ப் பண்றீங்க???

ரவி : இல்லடா குட்டிமா நம்ம ஊருல பாட்டி வீட்டுக்கு எதிர்த்த வீட்டு சுப்ரமணியம் இருக்கார்ல அவர் தவறிடாராம் டா...

சைத்து : அவரா?? அவர் தானே நான் பண்ற எல்லாத்தையும் தேவா கிட்ட போட்டு கொடுப்பாரு....
அவர் இருந்து ஒன்னும் பண்ண போறது இல்ல... சாகுற வயசுதான்...

தேவா : அடி செருப்பால... என்ன பேச்சு பேசற நீ ,
நாளைக்கு நாங்க செத்தாலும் இப்படித்தான் பேசுவியா
என்க .
அவளோ அம்மா என்று கத்தினாள்...

ரவியும் "தேவா "என்று அதட்ட...

தேவா : நீங்க சும்மா இருங்க. அவ சொன்னது என்ன
மாதிரியான வார்த்தைனு உங்களுக்கு புரியுதா...
ஆயிரம் தப்பு பண்ணி இருந்தாலும் அவங்க வயசுல
பெரியவங்க அவர்களுக்கான மரியாதையா நாம
கண்டிப்பா கொடுத்துதான் ஆகணும்... இப்போ அம்மா,
அப்பா என்று சொன்ன உடனே உனக்கு வலிக்குதுல்ல ,
இது உனக்கு சின்ன விஷயமா தெரியலாம் சைத்து .
ஆனால் நம்ம வார்த்தைகள் கத்திய விட கூர்மையானது
ஒரு வார்த்தை வெல்லும், ஒரு வார்த்தை கொல்லும்
சைத்து ,பார்த்து பேசு ....

சைத்து : சாரிமா இனி பார்த்து பேசுவேன். ஆனா ஒரு
பேச்சுக்கு கூட இனி இப்படி பேசாத மா நீ...

தேவா : உனக்கு புரிய வைக்க தாண்டி அப்படி
பேசினேன்... தீனு சொன்னா சுட்றாது என்க. அவள்
சோகமாக சென்று அப்பாவை கட்டிக்கொண்டு"
பாருங்கப்பா" என்று செல்லம் கொஞ்ச...

ரவி : ஏன் தேவா ?? சரி குட்டிமா அவருடைய இறுதிச்
சடங்குக்கு நானும் அம்மாவும் போய்ட்டு நாளைக்கு
சாயந்தரம் வந்துருவோம்... நீயும் தம்பியும் பத்திரமா
இருங்க....

சைத்து : நீங்க போய் தான் ஆகணுமா அப்பா.. எனக்கு
ஒரு மாதிரி மனசே சரியில்லை...

ரவி : தேவைக்கு கூட போகாமல் இருக்கலாம் மா...
ஆனால் துக்கத்துக்கு போகாம இருக்க கூடாது...
நாளைக்கு சாயந்தரம் வந்துருவோம்...

சைத்து : எதுல போறீங்க ??

தேவா : பக்கத்து ஊரிலதானே வண்டில தான் போறோம்...
சரி விநாயக் வந்தோனே ரெண்டு பேரும் சாப்பிட்டு
பத்திரமா இருங்க... காலைக்கும் சேர்த்து
சமைச்சிருக்கேன். மத்தியானம் மட்டும் ஹோட்டல
ஆர்டர் பண்ணி சாப்பிடுங்க... வரோம் என்று
கிளம்பினார்கள்...

கதவு வரை சென்ற தேவா என்ன நினைத்தாரோ...
"விநாயக்க பத்திரமா பாத்துக்கோ. உன் மேல எனக்கு
நிறைய நம்பிக்கை இருக்கு... சேட்டை பண்ண கூடாது...
ஒழுங்கா சாப்பிடணும்... "என்று அடுக்கிக்கொண்டே போக

சைத்து : அம்மா பக்கத்து ஊர் தானே போற, ஏதோ
பாரிஸ் போற மாதிரி பண்ற போ போ... உன் புள்ளை என்
புள்ளையா பாத்துக்குறேன்... நீ கவலைப் படாம போ
என்று கிண்டலடிக்க...
தேவா சிரித்துக் கொண்டே அவளை கட்டிக்கொண்டார்...

இருவரையும் இறுக்கி அணைத்து, முத்தங்களை வழங்கி
வழியனுப்பி வைத்தவளிற்கு தெரியவில்லை அதுதான்
அவர்களுக்கு அவள் இடும் கடைசி முத்தம் என்று....

மறுநாள் மதியம்.....

வீட்டு கிச்சனை ரணகள படுத்திக் கொண்டிருந்தாள்
சைத்து . விநாயக் சத்தம் கேட்டு அங்கு வந்தவன் .அது
இருந்த கோலம் கண்டு அதிர்ந்தான்...

வினாயக் : அம்மு என்ன டி இது ??

சைத்து : அடேய் என் தங்கமே, என் தம்பியே வா வா வா.... உனக்காக உன் அக்கா பாசத்தை கொட்டி சமைச்சு வச்சிருக்கேன் வா வந்து சாப்பிடு ஓடியா...

விநாயக் : எது நீ சமைச்சியா அப்ப அத போய் நாய்க்கு போடு... இல்ல நாய்க்கு வேணா... மோந்து பார்த்துட்டு மூக்கு முடிட்டு போயிரும் ,போய் குப்பையில கொட்டு...

சைத்து : என்னை வினு கிண்டல் அடிக்கிறியா?? அம்மாதான் என்ன உன்னைய, பாசமா, பத்திரமா பாத்துக்க சொன்னிச்சு...

விநாயக் : இதுக்கு ஒரு பாட்டில் பாய்சன் வாங்கி கொடுத்து, என்னை கொன்று இருக்கலாம் இதுக்கு அது எவ்வளவோ மேல்... என்ன கருமம் இது அம்மு ??

சைத்து : கருமம் இல்ல வினு குருமா...என்று தலைவா பட ஸ்டைலில் கூறினாள்.

விநாயக் : கர்த்தரே என்று சுவற்றில் போய் முட்டிக் கொண்டவன் "ஒழுங்கு மரியாதையா இதெல்லாம் கொண்டுபோய் காவாய்ல கிடாசிட்டுவா. நான் ஃபுட் ஆர்டர் பண்ணிட்டேன் வந்துரும்...

சைத்து : திஸ் இஸ் நோட் ஃபர்(This Is Not Fair) வினு... நீ என் திறமைய கொச்சைப்படுத்துற, என்ன அசிங்க படுத்துற, என் சமையல கேவலப்படுத்தற....

வினாயக் : சரி விடு ,உனக்கு கொடுத்து வெச்சது அவ்வளவுதான். நீ சமைச்சதை நீயே தின்னு...நான் உன் பங்கு பிரியாணியும் சேர்த்து சாப்டுக்கிறேன். எனக்கு ஒன்னும் பிரச்சனை இல்ல...

சைத்து : இதெல்லாம் மனுஷன் வாயில வைப்பானா??
நாம பிரியாணி சாப்பிடலாம் வினு. அதான் நல்லா
இருக்கும் என்று அந்தர் பல்டி அடிக்க... யாரோ வெளியில்
அழைக்கும் சத்தம் கேட்டது.....

சைத்து : டெலிவரி பாயா தான் இருக்கணும் நான் போய்
வாங்கிட்டு வரேன் என்று ஓடினாள்....

வெளியில் போலீஸ் நின்றிருக்க...

சைத்து : என்ன சார் ??யார் வேணும் ??

போலீஸ் : ரவீந்திரன் வீடு இதுதானே மா??

சைத்து : இதுதான் , நா அவர் பொண்ணு தான்
சொல்லுங்க....

போலீஸ் : உங்க அப்பாவும் அம்மாவும் ஒரு
ஆக்சிடென்ட்ல இறந்துடாங்க மா..ஸ்பாட் அவுட் GHல
பாடி இருக்கு வந்து வாங்கிக்கோங்க...

இவளுக்கு மூளை வேலை நிறுத்தம் செய்தது
.அதிர்ச்சியில் நெஞ்சைடைக்க நின்றிருக்க... சென்றவளை
இன்னும் காணவில்லை என தேடி வந்த விநாயக் இதை
கேட்க நேர்ந்தது .

அழுது கரைந்தவன் ,சிலையாய் நின்றிருந்த தமக்கையை
உலுக்க... அவள் அதே நிலையில்தான் நின்றிருந்தாள்...பின்
அவனே அவனைத் தேற்றிக்கொண்டு .கத்தி அழ சொன்ன
மனதை கல்லாக்கி அனைத்தையும் செய்தான்... ஆண்
பிள்ளை அல்லவா??

ஆயிற்று அவர்களின் உடல்களை வீட்டுக்கு கொண்டு வந்தாயிற்று...அப்போதும் அவள் கண்ணில் ஒரு சொட்டு கண்ணீர் வரவில்லை.. தன் தாய் தந்தையரை வெறித்தபடியே அமர்ந்திருந்தாள்...

வர்ஷினி ,கார்த்திக் ,ஆகாஷ், பிரீத்தா என எல்லாம் வந்து .அவளை அழ வைக்க முயல. அவள் தான் இங்கு இல்லையே...

வர்ஷினி அபிக்கு பலமுறை முயற்சி செய்தும் அழைப்பை எடுக்கவில்லை அவன். முக்கியமான ஆப்பரேஷன் இருந்ததால்...

பின் அர்ஜுன் விமானத்திலிருந்து தரையிறங்கி... அபியை கூட்டிக்கொண்டு சைத்து இல்லம் வந்து சேர்ந்தான்...

வந்தவன் கண்டதெல்லாம் சவப்பெட்டியில் இருந்தவர்களையும் , உயிரோடு இருந்தும் சவமாய் சமைந்து இருந்தவளையும் தான்... துடித்து அவளிடம் ஓட...

இவ்வளவு நேரம் ஜடமாய் அமர்ந்திருந்தவள் அவனைக் கண்டதும் கட்டிக்கொண்டு கதறிவிட்டாள்...
அந்த அழுகை அர்ஜுனை மட்டுமல்ல அங்கிருந்த அனைவரையுமே உலுக்கிப் போட்டது....
அதன்பின் அனைத்தும் கண் மூடி திறப்பதற்குள் நடந்தேறியது உடலை எடுக்கவிடாமல் ஆர்ப்பாட்டம் செய்தவளை கரத்தினுள் அடக்க பெரும்பாடுபட்டு போனான் அர்ஜுன்...

மாஸ்க் அணிந்திருந்ததால் யாருக்கும் அவனை அடையாளம் தெரியவில்லை. எல்லாம் முடிந்ததும் ஆரம்பித்துவிட்டார்கள் அவர்களின் உறவினர்கள் அவள் அத்தை முறையை சேர்ந்த ஒருவர்" ஏண்டி இத்தனை

பேரு முன்னாடி எவனோ ஒருத்தன கட்டிப்புடிச்சு அழுகுறே.. இதெல்லாம் நம்ம குடும்பத்துக்கு சரிப்பட்டு வருமா?? சரி விடு நீ சின்ன புள்ள வேற என்ன பண்ணுவ ???இனிமே உன்னை யார் பார்த்துப்பா ??
நாங்க இருக்கோம் நீ கவலைப்படாதே...
நீ என் மகன் சம்பத்தை கட்டிக்கோ...
கெட்டது நடந்த வீட்டில் நல்லது நடக்குனும்னு சொல்லுவாங்க...
இதைப்பற்றி ஏற்கனவே நான் அண்ணா கிட்ட பேசினேன் ,அவரும் பார்ப்போம் தான் சொல்லியிருந்தாரு...
இதை பார்த்த பிறகுதான் அவருடைய ஆன்மா சாந்தி அடையும்...
தான் பொண்ணு ஒரு பாதுகாப்பான இடத்துல இருக்கான்னு.. நான் சொல்றதை கேளு, இன்னும் ரெண்டு நாள்ல உனக்கு சம்பத்துக்கும் கல்யாணம் என்க..

அவர்களின் உறவினர்களும் " ஆமா" போட அர்ஜுனன் கொதித்தெழுந்து விட்டான். திரும்பி தன்னவளை பார்க்க.... அவளுக்கு யார் பேசியதும் காதில் ஏறவில்லை சித்தம் கலங்கியவள் போல் நின்றிருந்தாள்...

ஏதோ யோசித்தவன் அபியை அழைத்து அவன் காதில் ஏதோ சொல்ல...

அபி : இப்போ இதல்லாம் தப்புடா...இந்த நிலைமையில அவள் விருப்பம் இல்லாம நாம இதெல்லாம் செய்யணுமா ??

அர்ஜுன் : "சொன்னதை செய் "அவன் முகத்திலிருந்த ரௌத்திரமே சொல்லாமல் சொல்லியது, பழைய அர்ஜுன் திரும்பி வந்து விட்டான் என்று.
சிறிது நேரத்தில் அபியும் சென்று அவன் சொன்னதை வாங்கி வர..

அவன் கையிலிருந்ததை வாங்கியவன் அவளை இழுத்து
சென்று..
மாலையிட்ட அவள் பெற்றோர்கள் படத்தின் முன்
நிறுத்தி...
அவள் கண்களை பார்த்துக்கொண்டே மூன்று
முடிச்சிட்டான் அவள் சங்கு கழுத்தில் பொன் தாலியை
ஒரு சத்தியத்துடன்" இனி சாகும் வரையிலும் உனக்கு
நான் இருக்கிறேன் என"...

விரைத்து போய் நின்றிருந்தவள் நடந்த காட்சியை நம்ப
முடியாமல் அவளவனை வெறித்திருந்தாள்....

பகுதி - 8

அவன் தாலி கட்டியதை பார்த்து அனைவரும் அதிர்ச்சியின் உச்சத்தில் இருந்தனர்... சைத்துவோ அவனைப் வெறித்த பார்வையோடு பார்த்தபடி தான் நின்றிருந்தாள் அதிர்ச்சி மேல் அதிர்ச்சி நடந்தால் பாவம் அவளும் என்ன தான் செய்வாள்...
இவன் அங்கிருந்த குங்குமத்தை எடுத்து அவள் நெற்றி மீது வைத்து தன் தோளோடு சேர்த்தணைத்தபடி "இப்போ அவ என் பொண்டாட்டி , யாரும் அவளுக்காக கவலைப்பட வேண்டாம்... அவளை எப்படி பார்த்துக்கணும்னு எனக்கு தெரியும்... இப்போ நீங்க கிளம்பலாம் என்று பல்லைக் கடித்தவாறு கூறினான்.

அவர்கள் அனைவரும் கத்த ஆரம்பிக்க அந்த சம்பத் என்பவனோ ஒரு படி மேலே சென்று அர்ஜுனின் சட்டையைப் பிடித்து அடிக்க செல்ல...
அடுத்த நொடி கண்ணம் பற்றி எரிய கீழே கிடந்தான்...

ருத்ரமூர்த்தியாய் சட்டையை மடித்தபடி "இனிமே பேசிட்டிருக்க மாட்டேன், முன்னாடி அமைதியா இருந்தது . இந்த இடத்தில் பேசுவதற்கு அவகிட்ட எனக்கு உரிமை இல்லை நினைச்சு தான்.
ஆனா இப்ப முழு உரிமையும் எனக்கு மட்டும் தான் இருக்கு... ஒழுங்கு மரியாதையா நான் பொறுமையா சொல்லும்போதே கிளம்புங்க இல்லன்னா இப்படியே பேசிட்டு இருக்க மாட்டேன்.. அவன் ஆடிய ருத்ர தாண்டவத்தில் அனைவரும் அரண்டு அமைதியாக நிற்க...

அவனின் அம்மா மட்டும் அடங்கவில்லை "எவ்வளவு திமிர் இருந்தா எங்க வீட்டு பொண்ணு கழுத்துல தாலி கட்டிட்டு என் பையனை அடிப்ப?? ஏதோ ரோட்ல போறவன் கட்டுன தாலி எல்லாம் நீ ஒன்னும் போட்டுக்க வேணாம் என்று தாலியை பறிக்க வர.... தன்னை

அறியாமலேயே தாலியை இறுகப் பற்றிக்
கொண்டாள் சைத்து...

பளாரென்று சத்தத்துடன் அவள் அத்தை கன்னத்தில் கை
வைத்து நின்றிருந்தார் மறுநிமிடம்...
அர்ஜுன் : உன் புள்ளைய மட்டுமில்ல உன்னையும்
அடிப்பேன்...வயசுக்கு ஏத்த மாதிரியா நடத்துக்கிற... நீயும்
ஒரு பொண்ணு தானே இன்னொரு பொண்ணோட தாலிய
பறிக்க வர அறிவு இல்ல... அப்புறம் என்ன கேட்ட நான்
யார்னு தானே என்று தன் மாஸ்க்கை அகற்றினான்...

அனைவரும் மிரண்டு நின்றனர் ....
சில கண்கள் நிம்மதியுடனும் , சில கண்கள் இவளுக்கு
இப்படி ஒரு வாழ்வா என்று பொறாமையுடனும்
பார்த்திருந்தனர்..

அர்ஜுன் : இப்போ நான் ரோட்ல போறவன் இல்லன்னு
உங்களுக்கு தெரிஞ்சிருச்சா?? இனி என் பொண்டாட்டிய
எப்படி பார்த்துகணும்னு எனக்கு தெரியும் இப்போ நீங்க
கௌம்பலாம்... என்றவுடன் தங்களுக்குள்ளே
பேசிக்கொண்டு அவளின் அத்தையையும் இழுத்து
கொண்டு சென்றனர்....

இங்கு ஆகாஷ் ,தான் சிறந்த வக்கீல் என்பதை
மற்றவர்களுக்கு காட்ட கிடைத்த வாய்ப்பை நழுவ
விடாமல் "நீங்க எவ்வளவு பெரிய ஆளா இருந்தாலும் இது
தப்பு மிஸ்டர் அர்ஜுன் இபிகோ (EPCO)என்று ஏதோ
சொல்ல வர அர்ஜுன் பார்த்த பார்வையில் இபிகோ ஏர்
(Air) வாங்கியது..

ஆகாஷ் : இபிகோ ஐயோ இன்னைக்கு ரொம்ப ஜாம்
ஆகுதே என்று வடிவேல் பாணியில் புலம்பிக்
கொண்டிருந்தவனை தடுத்து நிறுத்தியது அறை விழும்
சத்தம்...

சைத்துதான் அர்ஜுனை அறைந்திருந்தாள். "ஹீரோவா நீ , என்ன இரக்கமா ??யார கேட்டு இப்படி பண்ண ?? கேட்க ஆளில்லை நெனச்சி தானே?? இவ இப்போ அனாத அதனால என்ன வேணாலும் பண்ணிக்கலாம்னு நினைச்சுட்ட இல்ல ??? எல்லா சீப்பான ஆம்பளைங்க மாதிரி தான் டா நீயும்...
என் வாழ்க்கையை அழிச்சிட்ட என்று ஆத்திரம் கொண்டு கத்த அவள் கூற்றில் காதல் கொண்ட மனம் கண்ணாடி சில்லாய் உடைந்தது...

அவன் தடுப்பதற்குள் ஒரு கரம் அவள் கன்னத்தை பதம் பார்த்தது..
அது வினாயக்...சைத்து அதிசயமாய் பார்த்திருந்தாள் இதுவரை விளையாட்டிற்கு கூட தன்னை அடிக்காத தம்பி இன்று கைநீட்டி இருக்கிறான் என்று...

வினாயக் : நான் இருக்க வரைக்கும் நீ என்னைக்கு அனாதையாக மாட்ட.. அப்புறம் நீ சொன்ன சீப்பான ஆம்பளைங்கள நானும் இருக்கேனா அம்மு எங்க..

இவள் பதறி கண்ணீருடன் இல்லை என்று தலையாட்ட...

வினாயக் : ஏன் இல்ல நான் உன்கூட பிறந்ததனாலயா ?? இன்னைக்கு இந்த மனுஷனையே இப்படி சொன்னவ, நாளைக்கு நானும் இந்த மாதிரி ஒரு சூழ்நிலையில் ஒரு நல்லது பண்ண நினைச்சா... அப்போ என்னையும் இப்படித்தானே சொல்லுவ ??
இப்ப இவரு உனக்கு தாலி கட்டலேனா என்ன, ரெண்டு நாள் கழிச்சு அந்த சம்பத் உனக்கு தாலி கட்டி இருப்பான் அப்போ உனக்கு ஓகேவா....
அப்புறம் என்ன சொன்ன?? உன் வாழ்க்கையை இவர் அழித்து விட்டாரா??

அவர் வாழ்க்கையை தியாகம் பண்ணி உனக்கு வாழ்க்கை கொடுத்திருக்காரு இடியட்...
அவர்க்கு இருக்கிற அழகுக்கும், பணத்துக்கும் லட்சம் பொண்ணுங்க க்யூல நிக்கிறாங்க....

அவர் அவரோட வாழ்க்கையை பற்றி, அவளோட மனைவிய பற்றி எல்லாம் எவ்வளவு கனவு கண்டிருப்பார் ??
ஆனா இப்போ அது எல்லாத்தையும் விட்டுட்டு உன் கழுத்துல மூணு முடிச்சு போட்டுட்டு நிற்கிறார்...
ஒழுங்கா சொல்றதை கேளு இப்போ நம்ம அம்மா , அப்பா இத பார்த்து கண்டிப்பா சந்தோஷம்தான் பட்டிருப்பார்கள் .
கௌம்பு அவர்கூட என்று அவள் அறைக்கு சென்று துணிகளை பையில் திணித்துக் கொண்டு வந்து அவள் கையில் கொடுத்தவன்....

அர்ஜுனிடம் "உங்கள பத்தி விசாரிச்ச வரைக்கும்...என்ன பாக்குறீங்க?? ஆமா விசாரிச்சேன்...உங்கள பத்தி அவ என்கிட்ட சொல்லும் போது எனக்கு உங்கள மாதிரி நடிகர்கள் மேல நம்பிக்கை சுத்தமா இல்லை...
என் அக்காவோட பாதுகாப்பு எனக்கு ரொம்ப முக்கியம் அதான் விசாரிச்சேன் உங்கள ஒன்னு, ரெண்டு இல்ல நிறைய இடத்தில விசாரிச்சேன். இதுவரை ஒருத்தர் கூட உங்களை பத்தி யாரும் தப்பா சொல்லல பெருமையா தான் சொன்னாங்க... எனக்கு நம்பிக்கை இருக்கு நீங்க அவள சந்தோஷமா பார்த்துப்பிங்கனு...
அவ எவ்வளவு தா பெரிய மனுஷி மாதிரி பேசினாலும் மனசால இன்னும் சின்ன குழந்தை தான். ஏதாச்சும் தப்பு பண்ணா பொறுமையா எடுத்து சொல்லுங்க கண்டிப்பா திருத்திப்பா..
அவ இதுவரை ரொம்ப கஷ்டப்பட்டுட்டா ,அப்பா ரொம்ப வருஷம் முடியாமல் வேலைக்கு போகல இப்ப வரை எல்லாத்தையும் அவதான் பாத்துக்கிறா..
இனிமேலாவது கஷ்டப்படாம பாத்துக்கோங்க...

அவ என் உயிர் "என்று தொண்டை அடைக்க கண்ணீர் மல்க வேண்டினான் தன் மாமாவிடம்...

சைத்து : முடியாது நான் உன்னை விட்டு போக மாட்டேன்...அம்மா என்னை நம்பி தான் உன்ன விட்டுட்டு போச்சு... பிறந்ததிலிருந்து இதுவரைக்கும் நான் உன்ன விட்டு பிரிஞ்சு இருந்ததே இல்ல... இனிமேலும் இருக்க முடியாது...இப்ப அம்மா , அப்பா மாதிரி நீயும் என்ன விட்டு போக பாக்குறியா என்று கீழே அமர்ந்து கண்ணீர் வடித்துக் கொண்டிருந்தாள்...

இதற்கு மேலும் விட்டால் எங்கே தனக்கு கிடைத்த நல்வாழ்வை இழந்து விடுவாளோ என்று பயந்த விநாயக் கோபத்தைக் கையில் எடுத்தான்...

" நான் என்ன குழந்தையா என்னால என்ன பாத்துக்க முடியாத ??எனக்கு 19 வயசு ஆகுது ஒழுங்கு மரியாதையா இன்னொரு அறை வாங்குறதுக்குள்ள இங்கிருந்து கிளம்ப பாரு... இது என் மேல சத்தியம் என்க...

அதற்குமேல் அவளால் என்ன பேச முடியும்?? அவளின் நிலையை எண்ணி அவளிக்கே சுயபச்சாதாபம் தோன்றியது....

அர்ஜுன் அவளை எழுப்பி கையை பிடித்து நடக்க தொடங்கினான்... அதைப் பார்த்தால் எங்கே போகாத அம்மு என்று கத்தி அழுது விடுவோமோ என்று திரும்பிக்கொண்டான் விநாயக் அழுகையை அடக்கிக்கொண்டு...

நாலடி எடுத்து வைத்த அர்ஜுன் பின் திரும்பாமலேயே விநாயக்கின் கையை பிடித்தான்... விநாயக் அதிர்ந்து பார்க்க "உங்க அக்கா கழுத்துல எப்போ தாலி

கட்டுனேனோ அந்த நிமிஷத்துல இருந்து அவ மட்டும்
இல்ல நீயும் எனக்கு சொந்தம் தான்....
ஆறு வயசுல அபி கையை பிடிச்சேன் இன்ன வரைக்கும்
அதைவிடல... இப்ப புடிச்ச உங்க ரெண்டு பேர் கையையும்
உயிர் இருக்க வரை விட மாட்டேன்...

விநாயக் ஏதோ சொல்ல வர பார்வையிலேயே
அடக்கியவன்.. ஒரு கையில் தன்னவளையும் மறுகையில்
தன் உயிரானவளின் தம்பியையும் பிடித்து அழைத்து
சென்றான்....

அர்ஜுன் வீட்டிற்கு அழைத்து அபி தகவல் சொல்லி விட
அவன் அப்பா தன் மருமகளை ஆரத்தியோடு வரவேற்க
அவன் அம்மாவோ எப்பொழுதும் போல் எதையும்
கண்டுகொள்ளாமல் உள்ளே சென்றுவிட்டார்...
அவரைப் பற்றி அறிந்த எல்லோரும் அவரை பெரிதாய்
எடுத்துகொள்ளவில்லை பின் விநாயக் இங்கிருந்து
கல்லூரி சென்று வர ஆரம்பித்தான்... சைத்துக்கு அர்ஜுன்
தாயுமானவனாய் ஆகிப்போனான்...

காலையில் காபி கொடுத்து எழுப்புவதில் இருந்து, இரவு
அவளை தட்டிக் கொடுத்து தூங்க வைப்பது வரை
அவனே... ஷூட்டிங்கை விட்டு அவளே கதி என்று
கிடந்தான்...
சிறுசிறு அணைப்புகளும் , அன்பை பறைசாற்றும் நெற்றி
முத்தங்களோடும் வாழ்க்கை நகர்ந்தது... அவனுக்கு அவள்
அவனோடு இருப்பதே போதும் என்றிருந்தான்...

அவளிற்கோ அனைத்தும் அவன் ஆகிப்போனான் ஒரு
நாளிற்கு ஆயிரம் முறை அர்ஜுனை அழைப்பாள்...

எங்கு சென்றாலும் அவன் வால் பிடித்துக் கொண்டே
செல்வது, அவனை அணைத்து தூங்குவது , அவன்

கூடவே சூட்டிங்கிற்கு சென்று வம்பு வளர்ப்பது என்று
ஒட்டுப்புல் போல் அவனை ஒட்டிக்கொண்டே திரிந்தாள்...
ஆனால் அவன் தன் மணவாளன் என்பதை
உணர மறுத்தாள்...
அவள் பார்வையில் அவன் இன்னும் அவள் நண்பனாய்
மட்டுமே இருந்தான்...

இதற்கு நடுவில் மீராவிற்கு கால் ஆக்சிடென்ட் ஆகி
நடக்க முடியாமல் படுத்த படுக்கையானார்...

காலம் கடந்த ஞானோதயம் போல் இப்பொழுது தான்
அவர் செய்த தவறுகள் அவருக்குத் தெரிந்தது...மகனின்
பாசத்திற்காய் மனம் ஏங்கியது...

சைத்து அவள் அம்மா கடைசியாய் கூறியதுபோல் மீரா
அவள் கணவனுக்கு அவ்வளவு செய்தும்.. அவரை
கண்ணும் கருத்துமாய் பார்த்துக்கொண்டாள்...

அர்ஜுன் பார்த்து திட்டினாலும்
"எல்லாருமே தப்பு பண்றவங்க தான் அச்சு, ஆனால் அதை
மறந்து திருந்தி வரும்போது, நாம அவங்களை
மன்னிக்கலேனா அவர்களுக்கும் நமக்கும் என்ன
வித்தியாசம்?? உனக்கு அவங்கள பண்ணது பெரிய தப்பு
தான்...உன்னால் மறக்க முடியாது தான்... நீ பட்ட கஷ்டம்
மாறாது தான்.. நா இல்லன்னு சொல்லல ஆனா அவங்க
எவ்வளவு நாள் இருக்கப் போறாங்க சொல்லு , இல்ல
நம்ம தான் எவ்வளவு நாள் இருக்க போறோம் ? உன்ன
உடனே போய் பேசு , இல்ல அவங்கள மன்னிச்சிடுனு
சொல்லல...
காலம் தான் எல்லா காயத்துக்கு மருந்து, உனக்கு எப்போ
அவங்ககிட்ட பேசணும்னு தோணுதோ?? எப்ப
மன்னிக்கணும் தோணுதோ... அப்ப மன்னிச்சுக்கோ என்று
நகர்ந்துவிடுவாள்....

வாழ்க்கை தெளிந்த நீரோடை போல் சென்றது...
மாதங்களும் மணித்துளிகளாய் ஓட... இதோ ஆறு மாத
காலம் ஓடிவிட்டது கண்ணிமைப்பதற்குள்....

சில நாட்களாய் அர்ஜுன் அவளுடன் ஒழுங்காய்
பேசுவதில்லை , வீட்டில் இருப்பதில்லை ,அவள்
மெசேஜ்கள், கால்கள் எதையும் எடுப்பதும் இல்லை, இவள்
கண் விழிக்கும் முன் எழுந்து செல்பவன்...
இவள் தூங்கிய பிறகுதான் வருவான்.... அவனும்
என்னதான் செய்வான்? கம்பெனி அனைத்தும்
வேண்டாதவர்கள் சூழ்ச்சியால் சரிந்து கொண்டிருக்க...
அதையும் சமாளித்து கையெழுத்திட்ட அனைத்து
படங்களையும் முடித்துக் கொடுக்க மாடாய் உழைத்து
கொண்டிருக்கிறான்....
அவன் செய்த ஒரே தவறு இதையெல்லாம் அவனவளிடம்
புரிய வைக்காமல் விட்டதுதான்...

எப்பொழுதும்போல் சாப்பிடாமல் சென்றவனை இன்று
எப்படியாவது சாப்பிட வைத்தே தீருவேன் என்று சபதம்
எடுத்துக் கொண்டு சாப்பாடுடன் சென்றாள் சைத்து
அவனின் சூட்டிங் ஸ்பாட்டிற்கு...

ஆனால் அவன் ஆபீஸ் சென்றிருந்தான். இதை
அறியாதவள் அங்கு சென்று தேட... அவளின் முன்வந்தாள்
அந்த படத்தின் நாயகியான தியா... அர்ஜுனுடன் சேர்ந்து
மூன்று படங்களில் நடித்தவள்.

பல வருடங்களாக அர்ஜுனை ஒரு
தலையாய் காதலித்துக் கொண்டிருப்பவள்... அவள்
அவனிடம் நெருங்க பார்க்க. அவன் நிழலைக் கூட தொட
முடியவில்லை...

விட்டுப் பிடிப்போம் என்று அவள் கொஞ்சம் கவனிக்காத
சமயத்தில் தான் இடியாய் விழுந்தது அர்ஜுனின் திருமண

செய்தி... அவளும் பல சதி வலைகளை பின்ன
அர்ஜுனிடம் எதுவும் வேலைக்காகவில்லை...

சைத்துவிடம் பேசி மனதை களைக்கலாம் என்றால்...
கோழி தன் குஞ்சுகளை காப்பது போல் அல்லவா காத்து
வருகிறான்...

இன்று அவளாய் வந்து அவளின் வலையில்
விழுந்துவிட்டாள்...

தியா : அட வாங்க எப்படி இருக்கீங்க??

சைத்து : நான் நல்லா இருக்கேன் , நீங்க எப்படி
இருக்கீங்க ??

தியா : நல்லா இருக்கேன்... என்ன இந்த பக்கம் ??

சைத்து : இல்ல அச்சு சாப்பிடாம வந்துட்டான், அதுதான்
சாப்பாடு கொடுக்கலாம்னு வந்தேன்...

தியா : இன்னிக்கு அவங்களுக்கு ஷூட்டிங் இல்லையே
??எனக்கு மட்டும்தான் ஷூட்டிங். ஏன் உன் கிட்ட
சொல்லலையா என்று விஷமமாய் வினவ..

சைத்து : இல்ல ஆபீஸ் போய் இருப்பாருனு
நினைக்கிறேன் . என் கிட்ட சொன்னாரு நான் தான்
மறந்துட்டேன் சரி நா ஆபீஸ் போய் பாத்துக்குறேன் என்று
நகர பார்க்க....

தியா : ஒரு நிமிஷம் இருங்க மேடம், கொஞ்சம்
பேசலாம்...
ஆனா நீங்க உண்மையிலே ரொம்ப லக்கி இப்படிப்பட்ட
புருஷன் உங்களுக்கு...

நீங்க ரொம்ப மிடில்கிளாஸ் ,ரொம்ப கஷ்டப்பட்ட
பொண்ணு என்று கேள்விப்பட்டேன்...
ஆனா இப்ப அப்படியில்ல அர்ஜுன் மெஹ்றாவோட
ஒய்ஃப்....
உங்களுக்கு எங்கயோ மச்சம் இருக்குனு நினைக்கிறேன்.
அதான் இப்படிப்பட்ட ஒரு வாழ்க்கை...
அவரு ரொம்ப நல்ல மனுஷனு எனக்கு தெரியும்...
ஆனால் ஒரு அனாதைக்கு வாழ்க்கை
கொடுத்திருக்காருனா எவ்வளவு கிரேட்...
அவரு ஸ்டேடஸ்க்கு என்ன மாதிரி எவ்வளவோ
ஆக்டிரஸ் (actress) அவர்காக வெயிட் பண்றாங்க தெரியுமா
??
ஏன் என்ன மாதிரி... நானே அவரை சின்சியரா லவ்
பண்ணேன்....
அர்ஜுன் என்ன ரிஜெக்ட் (Reject) பண்ணிட்டு ஒரு
வார்த்தை தான் சொன்னாரு...
என் வைஃப் ஆகுறதுக்கும் ஒரு தகுதி வேணும்னு....
ஆனா பாருங்களேன் அவருக்கு கொஞ்சமும்
தகுதியில்லாத உங்களோட கல்யாணம் நடந்திருக்கு....
இது தான் விதி ன்னு சொல்லுவாங்க போல....
பரவால்ல நீங்க தான் கொஞ்சம் அட்ஜஸ்ட் பண்ணி
வாழனும்... ஏனா கடைமைகாக ஏத்துக்கிட்ட வாழ்க்கையில
காதல எதிர்பார்க்க முடியாதுல??
கொஞ்ச நாள்ல இது போர் அடிச்சிடும்... அதனால நீங்க
தான் அவரை கொஞ்சம் இழுத்துப் பிடிச்சு அப்படி எதுவும்
நடக்காமல் பார்த்துக்கனும் என்று வாழைப்பழத்தில் ஊசி
ஏற்றுவது போல் விளையாட்டாய் சிரித்துக் கொண்டே
பேசுவது போல் பேசி முடித்தாள்....

இதே பழைய சைத்துவாய் இருந்தால் பேசிய வாயை
உடைத்து இருப்பாள்...
ஆனால் இப்போது தொட்டதற்கெல்லாம் துவழ்வது போல்
அல்லவா இருக்கிறாள்... இப்போது அர்ஜுனின்

பாராமுகமும் இதில் சேர மொத்தமாய் உடைந்து போனாள்...
எவ்வளவு வலிமையானவர்கள் ஆயினும்,
தைரியமானவர்கள் ஆயினும் , கலங்காதவராயினும்.
இந்த மாதிரியான சூழ்நிலைகளில் உடைந்து தான் போக வேண்டி இருக்கிறது....

ஏதும் சொல்லாமல் கண்ணீருடன் சென்றவளை வன்ம சிரிப்புடன் பார்த்திருந்தாள் தியா...

நடைபிணமாய் வீட்டுக்கு வந்தவளுக்கு அர்ஜுனின் வாழ்க்கையை கெடுத்து விட்டோமோ என்ற குற்றவுணர்வு வந்தது....
சரியாக தவறான முடிவை எடுத்தாள். வெளியில் சென்று வந்தவள் கையில் டிவோர்ஸ் நோட்டீஸ் உடன் தான் திரும்பினாள்....

அவனை பிரிவதை பற்றி நினைக்கையிலே மனம் உயிர் வலியை உணர்ந்தது...
அவளுள் அவன் இருப்பதை உணர்ந்து கொண்டாள்...அவள் காதலையும் உணர்ந்து கதறி அழுதாள்...
இது அவன் நன்மைக்காகவே என்று தன் மனதை தேற்றிக் கொண்டு அவனிற்காய் காத்து இருந்தாள்...
இரண்டு மணிக்கு மேல் சோர்வாக வந்தவன் இவள் முழித்து இருப்பதை கண்டு அதிர்ந்து...

அர்ஜுன் : இன்னும் தூங்காம என்ன டி பண்ற ???
அவளோ அந்தப் பத்திரத்தை அவன் கையில் திணிக்க வாங்கி பார்த்தவன் பளார் என்று அறைந்திருந்தான்...

பகுதி - 9

அவளை அறைந்தவன் கடினப்பட்டு தன் சினத்தை
அடக்கிக்கொண்டு "ஏதுக்கு டிவோர்ஸ் "என்றான்…

அவனின் முகத்தை பார்த்தவள் உடல் நடுங்க எழுந்த
அச்சத்தை மறைத்துக்கொண்டு " எனக்கு.. எனக்கு உன்
கூட வாழ பிடிக்கல"

அர்ஜுன் : என்ன திருப்பி சொல்லு என்று பல்லை
கடித்துக்கொண்டு ஆக்ரோஷமாய் வினவினான்…

சைத்து : உன் கூட வாழ பிடிக்கல அர்ஜுன்…
என்றதும் அவள் கழுத்தை நெரித்திருந்தான் அவன்…

அர்ஜுன் : இத்தனை மாசம் இல்லாம ,இப்போ என்ன
வாழ பிடிக்கல?உண்மையை சொல்லுடி…
இல்லை இப்படியே கழுத்தை நெரிச்சு
ஒன்னக்கொன்னுட்டு நானும் செத்துருவேன்…

அவன் பிடியில் அவளுக்குத்தான் மூச்சு திணறியது .
இனியும் சொல்லாமல் விட்டால் கண்டிப்பாக அவன்
சொன்னதை செய்து விடுவான் என்பதை உணர்ந்த
சைத்து…
" சொல்கிறேன் "என்பது போல் தலை ஆட்ட…

அவன் தன் பிடியை தளர்த்தினான்.
நன்றாக இருமி தொண்டையை சரி செய்து கொண்டவள்….
அவனை பார்க்க,
" சொல்லு" என்பதுபோல் கைகட்டி பார்த்திருந்தான்…

சைத்து : இல்ல நான் உனக்கு கொஞ்சமும்
பொருத்தமில்லாதவ… ஏதோ என்ன காப்பாற்றுவதற்காக
எனக்கு வாழ்க்க கொடுத்த…எனக்கு இப்போ

குற்றவுணர்ச்சியா இருக்கு..எங்க உன் வாழ்க்கையை நான் கெடுத்துட்டேனோனு ...இனி அப்படி இருக்க வேண்டாம்....இதுவரை என்கிட்ட நீ எதையும் எதிர்பார்த்ததில்லை.. நானும் ஒரு நல்ல மனைவியா நடந்துகிட்டது கிடையாது...உன்ன மாதிரி ஒருத்தன் நல்லா இருக்கணும்... எனக்காக உன் வாழ்க்கையை நீ அழிச்சிக்க நான் விடமாட்டேன்....கடமைக்காக ஏத்துக்கிட்ட வாழ்க்கையில காதல் இருக்காது அர்ஜுன்....காதல் இல்லாத வாழ்க்கை குப்பைக்கு சமம்... சீக்கிரமே நான் உனக்கு போர் அடிச்சிடுவேன்...நீ... நீ நல்லா அழகா, எல்லாவிதத்திலும் உனக்கு பொருத்தமான பொண்ண கல்யாணம் பண்ணிக்கோ என்று தொண்டை அடைக்க சொன்னவளை பார்த்து என்ன செய்வது என்று தான் தெரியவில்லை அர்ஜுனுக்கு...

அர்ஜுன் : சரி இவ்வளவு நாள் இல்லாம, இப்போ இந்த மாதிரி எதுக்கு பேசிகிட்டு இருக்க ?? அப்படி பேசுற அளவுக்கு என்ன நடந்துச்சு என்று கூர்மையான பார்வையுடன் கேட்டான்....அதில் தடுமாறி போனவள்

சைத்து : இல்ல இல்ல எதுவும் நடக்கல. எனக்கா தோணுச்சு...

அர்ஜுன் : சைத்ரா நான் ரொம்ப பொறுமையா பேசிட்டு இருக்கேன். என்னனு கண்டுபிடிக்க எனக்கு ஒரு மணி நேரம் கூட ஆகாது... அதுக்கு முன்னாடி நீயா சொல்லிட்டா நல்லதுனு நினைக்கிறேன் என்க...

வேறுவழியில்லாமல் இன்று நடந்ததை ஒப்பித்தாள் அதைக் கேட்டவனுக்கு ஆத்திரம் தலைக்கேறியது...

அர்ஜுன் : அவ சொன்னான்னு நீ முடிவெடுத்திருக்க ரைட் ?? அப்போ சரி , நா முன்னாடி ஒரு பொண்ண உயிருக்கு உயிரா காதலிச்சேன்... ஆனா அந்த பொண்ணு

கிட்ட என்னால லவ்வ சொல்ல முடியாம போச்சு.. அதனால வேற பொண்ணு எதுக்கு அந்த பொண்ணையே எனக்கு கல்யாணம் பண்ணி வை... அவ தான் எனக்கு வேணும்... அவ தான் இந்த உலகத்திலேயே ரொம்ப அழகான , எனக்கு ரொம்ப புடிச்ச , பொருத்தமான பொண்ணு... என்ன அதிகமாக சிரிக்க வச்சவ.. நா எப்படி இருந்தேன் தெரியுமா டி...ஆனா ஒருநாள், ஜஸ்ட் ஒரே நாள்ல எல்லாத்தையும் மாத்திட்டா... பைத்தியம் மாதிரி அவ பின்னாடி சுத்துனே ,நா யார் என்பதையும் மறந்து...என்ன ஒளிஞ்சு ஒளிஞ்சு ரசிக்க வச்சவ, என் வாழ்க்கை இவ்வளவு அழகானதுனு எனக்கு காட்டுனவ... கல்யாணத்துக்கு அப்புறம் அவளை நான் ரொம்ப மிஸ் பண்றேன்...

இவன் திருமணத்திற்கு பின் அவள் குறும்புத்தனம் திரும்பாமல் இருப்பதை குறிப்பிட....

அவளோ இப்போதே பூமி பிளந்து தன்னை விழுங்கிக் கொள்ளாதா என்ற நிலையில் இருந்தாள்... அவள் நினைத்தது எல்லாம் உன்னுடன் நான் சந்தோஷமா இருக்கேன், உன்னை விடமாட்டேன் என்பான், இல்லை டைவர்ஸ் பேப்பரை கிழித்து போடுவான் என்று எதிர்பார்த்தாள்...

அவன் சொன்ன செய்தியில் கண்ணீர் கரைபுரண்டு ஓடியது அவள் கண்ணங்களில்... கால்கள் தள்ளாட மெத்தையில் பொத்தென்று அமர்ந்தாள்....

அவளைப் பார்ப்பதற்கு அர்ஜுனுக்கு பாவமாயிருந்தது இருப்பினும் இப்போது விட்டால் மறுபடியும் யாராவது ஏதாவது சொல்லக்கூடும் திருப்பி அவள் இதையே செய்வாள் என்று உணர்ந்தவன்... அமைதியா இருந்தான்....

மருந்து முதலில் கசக்கும் பின் குணமாக்கும் அல்லவா
???

அர்ஜுன் : இரு நீ அவளை பார்த்ததில்லைல நான்
காட்றேன் என்று எப்போதும் மூடி இருக்கும் கப்போர்ட்
(Cupboard) பக்கம் சென்றான்....

அதை அதிர்ச்சியுடன் பார்த்திருந்தாள் சைத்து... இவள்
இங்கு வந்த நாளிலிருந்து அது பூட்டி தான் இருக்கிறது...
அதை பற்றி அவனிடம் கேட்டாலும், முக்கியமான
பொருட்கள் உள்ளது என்று கூறுவான்...அவள் அதை
திறக்க சொல்லி அவனை படுத்த... தேவைப்படும்போது
திறக்கிறேன் என்று நகர்ந்து விடுவான்....அதை சும்மா
விட்டால் அவள் சைத்து இல்லையே ,விளக்கெண்ணை
போட்டு திறக்க முயற்சிப்பாள் இந்த விளக்கெண்ணெய்...
ஆனால் அது டிஜிட்டல் லாக் (Digital Lock) என்பதை
அவளுக்கு யார் சொல்வது??? பலமுறை முயற்சி
செய்தவள் சோர்ந்து விட்டுவிட்டாள்...

இன்று அது அவனின் காதலியின் நினைவுகள் என்று
நினைக்கவே நெஞ்செல்லாம் வலித்தது....
உயிர் வலியை உணர்ந்தவளிற்கு புரிந்தது அவள் காதலின்
ஆழம்...

அர்ஜுன் சென்று அதை திறந்து ஒரு சிகப்பு துணி போட்ட
ஆளுயர புகைப்படத்தை எடுத்து வந்து, அவள் கையில்
வைத்து "பாரு தேவதையை" என்க...

அவள் அதை மெத்தையில் போட்டுவிட்டு ஓடிச்சென்று
அவனை இறுக்கி அணைத்துக் கொண்டு கதறினாள்...

சைத்து : இல்ல அர்ஜுன் என்னால முடியல.. என்னால
உன்னை யாருக்கும் விட்டுக் கொடுக்க முடியாது... நீ
எனக்கு வேணும்.. உன்ன யாருக்குமே தரமாட்டேன்...

நான் தான் முட்டாள் தனமா யோசிச்சுட்டே... இப்பதான்,
நான் உன்னை எவ்வளவு லவ் பண்றேன்னு எனக்கு
புரியுது...
ப்ளீஸ் ப்ளீஸ் என்னை விட்டு போயிடாத அச்சு... நீ
இல்லனா என்னால இருக்கவே முடியாது... நீ தான்
எனக்கு எல்லாம்னு புரிஞ்சுகிட்டேன் என்று அவள் கதற...

அர்ஜுன் : அதெல்லாம் முடியாது.. நீ தான் எனக்கு
டிவோர்ஸ் தரேன்னு சொன்ன, வேற மேரேஜ் பண்ணிக்க
சொன்ன, இப்ப வேண்டாம்னு மாத்தி, மாத்தி பேசுற??
ஒழுங்கா அந்த போட்டோ எடுத்து பாரு என்று அவளை
தன்னிடம் இருந்து பிரிக்க பார்க்க... அவளோ விடாமல்
மேலும் மேலும் அவன் மார்பில் ஒன்றிக் கொண்டாள்....

இவள் விட மாட்டாள் என்று அறிந்தவன். அவளை
தரதரவென்று இழுத்து சென்று அவள் கையில் திருப்பி
அந்த புகைப்படத்தினை திணித்தான்....

அவளும் தன் விதியை நொந்துகொண்டு, அந்த துணியை
விலக்கி பார்க்க...
அவளின் விழிகள் தெறித்து விழும் அளவிற்கு பெரிதாய்
விரிந்தது...

அது முதல் முதலில் அர்ஜுனை அடையாளம் தெரியாமல்
லிஃப்டில் சைத்ரா எடுத்துக்கொண்ட புகைப்படம்...

(அதை பற்றி தெரியாதவர்கள் மூன்றாம் பாகம் படிக்கவும்)

அதில் மாஸ்க் அணிந்து அவன் கண்கள் அவனவளை
பார்த்தபடி இருக்க...
அவள் ஈ ஈ என்று போஸ் கொடுத்திருந்தாள்...

அர்ஜுன் : இவள்தான் இந்த உலகத்தில் எனக்கு பிடித்த
ஒரே பொண்ணு... அவளைதான் கடமைக்காகயில்ல

காதலிச்சு கல்யாணம் பண்ணிக்கிட்டேன் என்று அவளை சந்தித்து காதல் கொண்டது , கனவு கண்டது , கல்யாணம் செய்தது , இப்போது கண்ணுக்குள் வைத்துப் பார்த்துக் கொள்வது வரை ஒன்றுவிடாமல் ரசித்து கூற...

அவள் சந்தோஷத்தில் திக்குமுக்காடி போனாள்... அவள் முகத்தை கையில் ஏந்தியவன்..

அர்ஜுன் : நீ என் உயிர் டி , அர்ஜுன் வாழ்க்கையில ஒருத்தி இருக்கான அது அவனோட தீரா மட்டும் தான் புரியுதா ??என் கடைசி மூச்சு இருக்குற வரைக்கும், நீ எனக்கு போர் அடிக்கமாட்ட..எனக்கு எல்லாமே நீதான்... என் அம்மா, என் பொண்டாட்டி , என் பிரண்டு ,என் காதலி, இப்படி எல்லாமே நீதான்... இந்த தீரா இல்லைனா, இந்த அர்ஜுன் செத்த பிணத்திற்கு சமம்... எனக்கு என் ரவுடி திருப்பி வேணும்டி... இன்னேரம் என் பழைய தீராவா இருந்திருந்தா, அந்த தியா மூஞ்சியைப் பேத்திட்டு வந்திருப்பா..இப்படி லூசு மாதிரி பண்ணி இருக்க மாட்டா என்று அவள் கையை எடுத்து தன் நெஞ்சில் வைத்தவன் "இனி இப்படி பண்ணாதடி, ரொம்ப வலிக்குது இங்க என்று அவன் இதயத்தை சுட்டிக்காட்ட....

சைத்து : மாட்டேன் , மாட்டேன் அர்ஜுன், இனி இப்படி பண்ணவே மாட்டேன்..

அர்ஜுன் அவள் காதருகில் சென்று "ஓய் ரவுடி ஐ லவ் யூ என்க...

சைத்து : லவ் யூ மோர் (More) என்று அவன் முகம் முழுவதும் முத்தமிட்டு அணைத்துக் கொண்டாள்...

9 மாதங்கள் கழித்து...

இன்று அபி - வர்ஷியின் திருமணம்....

கண்ணாடிமுன் ஆணழகனாய் பட்டு வேட்டி சட்டை அணிந்து, நெற்றியில் சந்தனக் கீற்றும் இதழ்களில் மயக்கும் சிரிப்புடனும் நின்றிருந்தான் அர்ஜுன்...

பேட்டில் ஒரு கால் கீழேயும் ஒரு கால் மேலே மடித்து வைத்து தலையில் துண்டு போட்டு இடுப்பில் டவுசரோட உட்கார்ந்திருந்தான் அபி...

அர்ஜுன் : என்ன மச்சான் இப்பிடி ஒக்காந்து இருக்க ?? கிளம்பல எங்க...

கடுப்புடன் அபி : டேய் யாரு டா மாப்ள ?என்று ஆட்ட நாயகன் பட சந்தானம் ஸ்டைலில் வினவ...

அர்ஜுன் : நீதாண்டா மாப்பிள்ளை...

அபி : அப்புறம் ஏன்டா நீ அழகா கிளம்புற??

அர்ஜுன் : இது என்னடா கொடுமையா இருக்கு?? தன் நண்பன் கல்யாணத்துக்கு இவ்வளவு கூட கிளம்பலைனா எப்படிடா??

அபி : நண்பனோட கல்யாணத்துக்கு கௌம்பற சரி... ஆனா நண்பனோட கல்யாணத்துக்கு , நண்பனையே கிளம்ப விடாம ஏன் கெலம்புறனு தா கேக்குறே ???

அர்ஜுன் : அச்சச்சோ மச்சான் நீ இன்னும் கிளம்பலையா ?? கண்ணாடி வேணுமா?? முன்னாடியே சொல்லிருக்கலாம்ல??

அபி : ஏ சொல்லி இருந்தா ??

அர்ஜுன் : இன்னும் கொஞ்சம் லேட்டா கிளம்பி இருப்பேன்...

அவன் கழுத்தை பிடித்து வெளியில் தள்ளி..
அபி : என் கல்யாணம் முடியிற வர நீ என் பக்கத்திலேயே வரக்கூடாது ஒழுங்கா ஓடிப் போயிடு என்று கதவை பட்டென்று சாத்தி சென்றான்...

சிரித்துக் கொண்டே தன்னவளை தேடி வந்தவன் கண்டதெல்லாம்...

அரக்கு நிற சேலையில் தேவதையாய் ஒரு கையை தன் எட்டுமாத வயிற்றில் வைத்துகொண்டு, மறுகையால் எதிரில் இருந்தவனை பளார் என்று அறைந்து கொண்டிருந்தவளை தான்...

ஆரம்பிச்சிட்டாளா ??அடங்க மாட்டாளே என்று அவளிடம் ஓடி வந்தவன்...

அர்ஜுன் : என்ன ஆச்சு டி ??

சைத்து : அச்சு, நானும் பார்த்துகிட்டே இருக்கேன்... வந்ததுல இருந்து அந்த பொண்ண உரசிட்டே இருக்கான்...அந்த பொண்ணும் விலகி விலகி போகுது...இவன் போகவிடாமல் கையை பிடிச்சி இழுத்தான்... அதான் விட்டேன் ஒன்னு...

அந்த பையனும் கன்னத்தில் கை வைத்துக்கொண்டு பாவமாய் "அந்த பொண்ணு என் பொண்டாட்டி சார், ஒரு சண்டை அதான் கோவமா இருக்கா , அதா சமாதானப்படுத்த ட்ரை பண்ணேன்... அத சொல்றதுக்கு முன்னாடி அடிச்சுட்டாங்க....

அர்ஜுன் எழுந்து சிரிப்பை அடக்கிக்கொண்டு, கடினப்பட்டு அவளை முறைத்துப் பார்க்க....

சைத்து : ஈ ஈ சாரி அச்சு ,கொஞ்ச உணர்ச்சிவசப்பட்டுட்டேன்...
ஹலோ உங்க சண்டை எல்லாம் வீட்ல வச்சிக்கோங்க பப்ளிக்ல வந்து இந்த மாதிரி பண்ணா எல்லாரும் இப்படித்தான் நடந்துபாங்க என்று அப்போதும் தன் கெத்தை விடாமல், திமிருடன் சொல்லிவிட்டு தன்னவன் கையைப் பிடித்து மேடையேறினாள்...

அனைவரும் அர்ஜுனையே பார்க்க வயிற்றெரிச்சலில் வெந்த அபி அர்ஜுனை அழைத்து " யார் டா மாப்ள"

அர்ஜுன் : நீ தான் டா மாப்ள....

அபி : அப்புறம் ஏன்டா எல்லாம் உன்னையே பாக்குறாங்க...

அர்ஜுன் : நா ஆக்டர் அதனால தான் பார்க்கிறார்கள்...

அபி : இந்த ஐயர் கூட உன்னைத்தாண்டா பாக்குறாரு தாலியை எடுத்து உன் கையில் கொடுத்துருவரோனு பயமா இருக்கு...

அர்ஜுன் : ச்சீ ச்சீ எனக்கு இன்னொரு கல்யாணம் எல்லாம் வேண்டாம் மச்சான்.. எனக்கு என் செல்லமே போதும்...

அபி : அப்போ உனக்கு அந்த ஆசை வேற இருக்கா ?? இரு சைத்துட்ட சொல்றேன்...

அர்ஜுன் : பேசாம மூடிட்டு உட்கார்ந்து இரு இல்ல... மாப்ள ரோல்ஸ் ராய்ஸ் (rolls-royce) கார் வாங்கி

கொடுத்தா தான். தாலி கட்டுவாராம்னு உன் மீசகார மாமா கிட்ட போட்டு கொடுத்துருவேன்....

அபி : எப்பா சாமி, அவர் எப்படா கல்யாணத்தை நிறுத்தி...அவர் தங்கச்சி மகன மணமேடையில் உட்கார வைக்கலாம்னு இருக்காரு நீ வேற...
நான் வாயே திறக்கல ராசா...

சிறிது நேரத்தில் வர்ஷினி மஞ்சள் மற்றும் சிகப்பு நிற பட்டில் அழகோவியமாய் வர இவன் ஆ என்று வாயை பிளந்து பார்த்திருக்க...

அர்ஜுன் கர்ச்சீப்பை நீட்டினான்...

அபி : இல்ல மச்சான் எனக்கு வேர்க்கல..

அர்ஜுன் : நான் உனக்கு கொடுத்தது உன் வாயை தொடக்க , வழியுது என்க...

அனைவரும் குலுங்கி சிரித்தனர்...

அபி : டேய் யார்டா மாப்ள ??

அர்ஜுன் : செருப்பு பிஞ்சிடும்..
இப்போ என்ன ?? சொல்லி தொலை என்க ..

அபி : நான் தானே மாப்பிள்ளை ?அப்புறம் ஏன்டா பொண்டாட்டி உன்னை பாக்குறா....

அர்ஜுன் : என் பொண்டாட்டி என்ன பாக்காம வேற யாரடா பார்ப்பா??

அபி : உன் பொண்டாட்டி இல்லை, என் பொண்டாட்டி ஏண்டா உன்னை பாக்குறா ?

அவன் கூற்றுப்படி வர்ஷினி அர்ஜுனன தான்
பார்த்திருந்தாள் வாய்விட்டு சிரித்தவன்...

அர்ஜுன்: " இரு அவகிட்டேயே கேட்கலாம்" என்று "ஏன்
வர்ஷி மா அப்படி பாக்குற???

வர்ஷினி : இன்னைக்கு செம ஹன்ட்சமா (handsome)
இருக்க அர்ஜுன்...

அர்ஜுன் : அப்போ உன் ஆளு...

வர்ஷினி : ம்ம் ஏதோ ஒரு தடவை பார்க்கலாம்...

அபி : அடிப்பாவி என்று வாயில் கை வைத்து விட்டான்....

வர்ஷினி : ஐ லவ் யூ அர்ஜுன் என்க...

அபி : எதேய் ?? அப்போ இவ்ளோ நாள் பேசுனது,
பழகினது எல்லாம் பொய்யா?? சொல்லு வர்ஷினி
பொய்யா??

வர்ஷினி: அடச்சீ உன் புத்தி எங்கே போகும்?? அர்ஜுன்
எனக்கு அண்ணன் மாதிரி..

அபி : ஹப்பாடா , அய்யரே அவன ஆ னு பார்த்தது
போதும்...தாலிய குடுங்க அடுத்து யாருக்கு இவ லவ் யூ
சொல்லுவானு தெரியல என்று அவர் கையில் இருந்த
தாலியை பிடுங்கி மூன்று முடிச்சிட்டான் தன் மனம்
கவர்ந்தவளிற்கு...

போட்டோகிராஃபர் : சார் எல்லாம் ஒன்னா நிள்ளுங்க
போட்டோ எடுக்க "

அர்ஜுன் - சைத்ரா , அபி - வர்ஷினி, அர்ஜுனின் தாய் தந்தை ராம் - மீரா, ஆகாஷ்- பிரீத்தா...இதற்கு நடுவில் கார்த்திக்கு அவனின் டாவு சந்தியாவுடன் கல்யாணம் நடந்து விட்டது...கார்த்திக் - சந்தியா, விநாயக் பக்கத்தில் நின்றிருந்தாள் வானதி, அபியின் ஆசிரமத்தை சேர்ந்தவள்... இருவரும் இப்போது காதல் பறவைகள்...

அர்ஜுன் தன்னவளின் நெற்றியில் முத்தமிட மற்ற ஜோடிகளும் அவனை பின்பற்ற கேமரா கிளிக்கியது....

பகுதி - 10 (எபிலாக்)

ஐந்து வருடங்கள் கழித்து...

அர்ஜுனின் அரண்மனையே பரபரப்பாய்
இயங்கிக்கொண்டிருந்தது .....
இப்போதுதான் இது அர்ஜுனின் வீடு மட்டுமல்ல விநாயக்
மற்றும் அபியின் வீடும் கூட...
அனைவரும் கூட்டுக் குடும்பமாகத்தான் வாழ்கிறார்கள்...
ராம் மற்றும் மீராவின் கட்டளையின் பேரில்... ராமிற்கும்
மீராவிற்கும் பேரன் ,பேத்தியுடன் விளையாடியே பொழுது
கழிகிறது.... இப்போது மீரா முற்றிலும் குணமாகி
விட்டார்.... அவரின் மகனும் அவருடன் பேசி விட்டால்
அவரை கையிலே பிடிக்க முடிவதில்லை...அர்ஜுன்
அவனின் ரவுடியின் சொல்படி தன் தாயை மன்னித்து
அவருடன் பேசி விட்டான்... முன்பு கிடைக்காமல்
ஏங்கியிருந்த ஆசை எல்லாம் இப்போது நிறைவேற்றிக்
கொள்கிறான் தன் தாயிடம்.... இன்று விநாயகின்
மனைவி வானதியின் வளைகாப்பு... ஆகாஷ் - பிரீத்தா
தன் மகளுடன் வர , கார்த்திக் சந்தியா தன் மகளை
அழைத்து வந்திருந்தனர்....

தன் ஆறு வயது மகன் விதார்த்தை
தேடிக்கொண்டிருந்தாள் சைத்து...

சைத்து : வித்து ,வித்து என்று கத்திக்கொண்டே செல்ல...

அவன் ஒரு ஐந்தாறு பெண் குழந்தைகளுக்கு நடுவில்
கோகுல கண்ணனை போல் உட்கார்ந்திருந்தான்
எப்பொழுதும்போல்....
அதை பார்த்து தலையிலடித்துக் கொண்டவள்...

சைத்து : வித்து பங்ஷனுக்கு டைமாச்சு கிளம்பனும் வா...

வித்து குட்டி : இருமா, பாய் டார்லிங்ஸ் அப்புறமா மீட் பண்ணலாம் என்று ஃப்லையிங் கிஸ் கொடுத்துவிட்டு தன் அம்மாவிடம் வந்தவன்...

விதார்த் : ஏன் மா, என்ன டிஸ்டர்ப் பண்ற முக்கியமான வேலைல இருக்கேன்ல....

அவன் காதை பிடித்து திருகியவள் "இது முக்கியமான வேலையா ??அப்பாக்கு பிள்ள தப்பி பொறந்திருக்கு..ஏன் டா எப்பவுமே கேர்ள்ஸ் கூடவே இருக்க ??அதைக் கேட்ட மலர் டீச்சர் கிட்ட முட்டி போட்டு கையில முத்தம் கொடுத்து இருக்க என்னடா இது??

விதார்த் : அது அப்பா நேத்து பார்த்த படத்தில ஹீரோயின சமாதானப்படுத்த அப்படித்தானே பண்ணாரு.. அதன் நானும் மிஸ்ஸ சமாதானப்படுத்த அப்படி பண்ணேன் என்று அங்கு வந்த தன் தந்தையை போட்டு விட்டான்...

அர்ஜூன் : அடப்பாவி... புள்ளயா டா நீ புள்ளையா நீ ?அப்பன்னு பாக்காம கோர்த்து விடுற...

சைத்து : பாரு உன்னால தான் அவன் கெட்டு போறான் அச்சு...

அர்ஜூன் : இல்லாட்டி மட்டும் உன் புள்ள ரொம்ப ஒழுங்கு தான்...

சைத்து : வாயை மூடு...

அர்ஜூன் : அது என் வேலை டி .நா நடிச்சு தான் ஆகனும்...

விதார்த் : அப்போ சண்டை சீனஸ்லலாம் மேல இருந்து குதிக்கிற மாதிரி காமிக்கிறாங்கலே அதெல்லாம் நீங்க

தான் நடிப்பீர்களா அப்பா ?? எங்க அவனோ இது தன் மகன் தனக்கு விரிக்கும் வலை என்பதை அறியாமல் வழுக்கி விழுந்தான்...

அர்ஜுன் : இல்லடா அத எல்லாம் டூப் வச்சி எடுப்போம்....

விதார்த் : அப்படின்னா இந்த லவ் சீன்ஸ்லாம் டூப் வச்சே நடிக்கலாம்ல...

சைத்து : ஆமா இல்ல ,இனிமே நீ அப்படி எந்த படங்களையும் நடிக்கவே கூடாது. அதையும் டூப் வச்சே எடுத்துக்க சொல்லு என்று விட்டு செல்ல....

அர்ஜுன் : ஆத்தாடி , புள்ளைய பெக்க சொன்ன குட்டி பிசாச பெத்து வச்சிருக்கா... என்று தலையில் அடித்துக் கொண்டு அவளை சமாதானம் செய்ய "ரெளடி "என்றபடி அவளின் பின் சென்றான்..

அப்போது அங்கு வந்து நடந்ததைப் பார்த்த அபி - வர்சினியின் புதல்வி... ஸ்வாதி

சுவாதி : ஏன் மாமா இப்படி பண்ற ??இப்போ பாரு உன்னால அத்தையும் மாமாவும் சண்டை போட்டுக்க போறாங்க...

விதார்த் : அவர்களாவது சண்டை போடுவதாவது... சண்டை போடுற மாதிரி சீன் தான் போடுவாங்க...நம்மள மாதிரி சண்டையே போட மாட்டாங்க பொண்டாட்டி...

" யாருக்கு யாரா பொண்டாட்டி ?என்றபடி வந்தான் அபி...

விதார்த் : எனக்கு உங்க மக தான் பொண்டாட்டி...

அபி : நான் உனக்கு என் பொண்ண கட்டித் தர மாட்டேன் போடா...

விதார்த் : உன்கிட்ட யார் டா கேட்டது? நான் அவளை லவ் பண்ணி தூக்கிட்டு போய் கல்யாணம் பண்ணிப்பேன்... இதுல நீ எங்க தாத்தா மாதிரி முன்னாடியே போயிட்டேனு வச்சிக்கோ, ரொம்ப ஈசி... அப்பா ஸ்டைல்ல உன் போட்டோக்கு முன்னாடி தாலியை கட்டிருவேன்...

அபி : விஷம் விஷம் விஷம் என்று அவன் மண்டையில் கொட்டிக் கொண்டிருந்தான்

விதார்த் : யோவ் மாமா ,என்ன விடுயா... இல்ல அத்தை கிட்ட ஒன்னுக்கு ரெண்டா போட்டுக் கொடுத்துடுவேன்... அப்பறம் நீதான் அடி வாங்கணும் ஜாக்கிரதை...

அபி : டேய் அவ என் ஜாங்கிரி டா ,, என் ஜிலேபி ,, ஜட்டி போடாம சுத்திக்கிட்டு இருக்க உன் பேச்சு எல்லாம் நம்ப மாட்டா... பார்க்கவே ஜம்முனு இருக்க இந்த மாமா பேச்சதான் நம்புவா...

விதார்த் : அப்படியா சரி பார்ப்போம்..
யோவ் மாமா நீ இன்னைக்கு சாகப்போறடியோய்...

அபி : டேய் போடா போடா டேய்...
போட்ட டயப்பர (Diaper) இன்னும் கழட்டல டயலாக்கு...
பொடி பய...

விதார்த் நேராய் சென்று வர்ஷினியிடம் "அத்தம்மா "என்க...

வர்ஷினி : சொல்லு செல்லம்

வித்தார்த் : நந்தினி அக்கா (வேலைக்காரப் பெண்) போட்டு
இருக்க சுடிதார் நல்லாவே இல்லல அத்தை...

வர்ஷினி : ஏன் செல்லம் நல்லாதானே இருக்கு...

விதார்த் : அப்படியா ?? எனக்கு தான் பிடிக்கல போல...

வர்ஷினி : ஏன்டா ??

விதார்த் : இல்லத்த அந்த அக்கா டிரஸ்ஸ மாமா ரொம்ப
நல்லா இருக்கு , எனக்கு ரொம்ப புடிச்சிருக்கு ,உனக்கு
அழகா இருக்குன்னு சொல்லிட்டு இருந்தாரு.. அந்த
சுடிதார் எனக்கு புடிக்கல... அதான் உங்ககிட்ட கேட்டேன்...

அபி : ஆத்தி குழந்தை ரூபத்துல ஒரு கொலைகார
பக்கியா?? குட்டி குரங்கு கோர்த்துவிட்டுருச்சே... இப்போ
இவ என்ன கொத்து புரோட்டா போட போறாளே..

இங்கு விதார்த்தை அவனை நக்கலாய் பார்த்து சிரித்துக்
கொண்டு...

விதார்த் : ஏன் அத்த அந்த மாதிரி சுடிதார் உங்ககிட்ட
இல்லையா?? நீங்களும் அதுமாதிரி வாங்கி
வச்சுக்கோங்க... ஏன்னா இன்னைக்கு இவ்வளவு அழகாக
சேலை கட்டி இருக்கீங்க...ஆனா மாமாக்கு அந்த அக்கா
சுடிதார் தானே புடிச்சிருக்கு.. அப்போ நீங்க அந்த மாதிரி
சுடிதார் போட்டீங்கன்னா தானே மாமாக்கு உங்களையும்
ரொம்ப பிடிக்கும் அதான் சொன்னேன் என்று குழந்தை
முகத்தோடு பாவமாய் சொல்லி நின்றிருந்தான்....

அபி : ஐயையோ இப்ப என்ன பிளான்ல இருக்கடா நீயி
என்று வடிவேலு பாணியில் மைண்ட் வாய்ஸில்
பேசிக்கொண்டிருந்தான்...

உயிரின் மூச்சாய் கலந்தவளே

வர்ஷினி : இப்போ உங்க மாமா எங்கடா இருக்காரு ???

விதார்த் அதோ என்று அவனை நோக்கி கைகாட்ட...
ஓடிடுடா அபி இல்ல ஓ உசுருக்கு உத்தரவாதம் இல்ல
என்று ஓட ஆரம்பித்தான்... அவனைப் பிடித்து வர்ஷினி
குமங்குத்து குத்தி மூச்சு வாங்க நின்றிருந்தாள் அப்படியும்
அடங்காமல் "தம்பி போங்க தம்பி ஊருக்குள்ள போய்
கேட்டு பாருங்க, நாங்க அடி வாங்காத ஏரியாவே
கிடையாது எவ்ளோ அடி வாங்கினாலும் சத்தமே வராது,
ஓடினதும் கிடையாது..நீ என்னமோ ஒன்னு, ரெண்டு அடி
அடிச்சிட்டு பெருசா பீத்துற என்று வின்னர் பட பாணியில்
டயலாக் பேச....

பேசிய அவன் வாயை விளக்கமாறு கொண்டே
இருக்கினாள்....

இந்த ரகளைகள் எல்லாம் முடிந்து வானதியின்
வளைகாப்பும் சிறப்பாய் முடிந்தது.... குழந்தைகள்
அனைவரும் விளையாட செல்ல...

நம் ஜோடிகள் பாட்டில் சுற்றி தங்கள் துணையோடு
விளையாடிக்கொண்டிருந்தனர்... அது யாரிடம் போய்
நிற்கிறதோ... அவர்கள் சீட்டில் உள்ளதை செய்ய
வேண்டும்...

விநாயக் வானதிக்கு புரோபொஸ் செய்ய வேண்டுமென்று
வர... அவனும் அழகாக செய்து காண்பித்தான்...

கார்த்திக் - சந்தியாவிற்கு குத்துப்பாட்டுக்கு ஆட வேண்டும்
என்று வர அவர்களும் சிரிப்புடனே செய்து முடித்தனர்...

அபி மற்றும் ஆகாஷிற்கு அவர்கள் மனைவியிடம்
சொன்ன பொய்களைச் சொல்ல வேண்டுமென்று வர
அவர்களும் சொல்லி அடி வாங்கிக் கொண்டனர்...

இறுதியாய் நம்மவர்களுக்கு இருவரும் சேர்ந்து பாட
வேண்டுமென்று வர…
நம் நாயகனே ஆரம்பித்தான்…

அர்ஜுன் : என்னோடு வாழ பிறந்தவளே,
என் உயிர் மூச்சாய் கலந்தவளே…

சைத்து : உன்னோடு இருக்கும் என் உயிரே, உன் சுவாச
மூச்சில் இனி நானே…

அர்ஜுன் : உன் அருகில் நான் இருக்க ,
என் அருகில் நீ இருக்க…
அக்கம் பக்கம் வேறு எதுவும் தேவையில்யே…

சைத்து : உன் கண்கள் என்னை பார்த்திருக்க…
காதல்கொண்டு நீ அணைக்க…
அச்சம் வெட்கம் இனி இங்கு எனக்கில்லயே…

அர்ஜுன் : உனக்காக வாழவே ,
என் உயிர் காதல் எங்குதே…

சைத்து : உனை தினமும் தாங்கிட,
உன் நிழலாக வாழுவேன்…

அர்ஜுன் : போதும் போதுமே,
இது போதும் போதுமே…

சைத்து : வேண்டும் வேண்டுமே,
நீ என்றும் வேண்டுமே…
என்று அவன் தோள்களில் சாய்ந்து கொண்டாள்…

உயிரின் மூச்சாய் கலந்தவளே

சுபம்

ஐரா